விற்பனையில் வெற்றி

'பிரையன் டிரேசி நூலகம்' என்ற தலைப்பில் மஞ்சுள் பப்ளிஷிங் ஹவுஸ் தமிழில் வெளியிட்டுள்ள பிற நூல்கள்

1. தனிநபர் வெற்றி
2. நேர நிர்வாகம்
3. தலைமைத்துவம்
4. ஊக்குவிப்பு
5. நிர்வாகத் திறமை
6. சந்தை நிர்வாகம்

விற்பனையில் வெற்றி

பிரையன் டிரேசி

தமிழில்: நாகலட்சுமி சண்முகம்

MANJUL

மஞ்சுள் பப்ளிஷிங் ஹவுஸ்

First published in India by

MANJUL

Manjul Publishing House

Corporate and Editorial Office

• 2nd Floor, Usha Preet Complex,
42 Malviya Nagar, Bhopal 462 003 - India

Sales and Marketing Office

•C-16, Sector 3, Noida, Uttar Pradesh 201301 - India
Website: www.manjulindia.com

Distribution Centres

Ahmedabad, Bengaluru, Kochi, Kolkata, Chennai,
Hyderabad, Mumbai, New Delhi, Pune

Tamil translation of *Sales Success*.

This edition first published in India in 2018
Ninth impression 2026

ISBN 978-93-87383-56-2

Translation by Nagalakshmi Shanmugam
Editing and layout by PSV Kumarasamy

Printed and bound in India by Repro India Ltd.

உள்ளடக்கம்

முன்னுரை

நான் என்னுடைய பத்தாவது வயதிலிருந்தே விற்பனைத் துறையில் இருந்து வருகிறேன். அப்போது, ஒய்எம்சிஏ அமைப்பின் கோடை முகாமிற்குச் செல்லப் பணம் சேர்ப்பதற்காக நான் குளியல் சோப்புகளை விற்றேன். அன்றிலிருந்து, விற்பனையைப் பற்றி அதிகமாகத் தெரிந்து கொள்ளுவதற்காக நான் தொடர்ந்து கற்றுக் கொண்டும், விற்பனை தொடர்பான புத்தகங்களைப் படித்துக் கொண்டும் வருகிறேன். ஏனெனில், உங்களைப்போலவே நானும் விற்பனைத் துறையில் வெற்றி பெற விரும்பினேன்.

என் தொழில்வாழ்க்கையின் துவக்கத்தில், "ஏன் ஒருசில விற்பனையாளர்கள் மட்டும் மற்றவர்களைவிட அதிக வெற்றிகரமாக விளங்குகின்றனர்?" என்ற கேள்வியை என்னை நானே கேட்டுக் கொள்ளத் தொடங்கினேன்.

ஏன் ஒருசில விற்பனையாளர்கள் மட்டும் பிறரைவிட அதிக வேகமாகவும் எளிதாகவும் அதிகப் பணம் சம்பாதிக்கின்றனர், அதிக எண்ணிக்கையில் விற்பனை செய்கின்றனர்? பெரும்பாலான விற்பனையாளர்கள் தங்கள் சக்திக்குக் குறைவான சாதனைகளை

நிகழ்த்திக் கொண்டு இருக்கும்போது, அந்த ஒருசிலர் மட்டும் ஏன் அதிக அளவில் வெற்றி பெறுகின்றனர், கார்கள், வீடுகள், அழகழகான ஆடைகள் போன்றவற்றை வாங்கிக் குவிக்கின்றனர், தங்கள் வேலையிலிருந்து அதிக மனநிறைவைப் பெறுகின்றனர்?

முதல் விதி

அப்போதுதான், 'பரேட்டோ கொள்கை' என்று அழைக்கப்படுகின்ற 80/20 விதியை நான் கண்டறிந்தேன். 80 சதவீத விற்பனை 20 சதவீத விற்பனையாளர்களால்தான் மேற்கொள்ளப்படுகிறது என்று அந்த விதி கூறுகிறது. அதாவது, மீதமுள்ள 80 சதவீத விற்பனையாளர்கள் மொத்தமாகச் சேர்ந்து 20 சதவீத விற்பனையை மேற்கொள்ளுகின்றனர் என்று அதற்குப் பொருள். இந்த விதியைத் தெரிந்து கொண்டதும், அந்த உச்சபட்ச 20 சதவீத விற்பனையாளர்களின் கூட்டத்தில் எப்பாடு பட்டாவது என்னை நான் இணைத்துக் கொள்ள வேண்டும் என்று நான் முடிவு செய்தேன். அதில் நான் வெற்றியும் கண்டேன்.

ஒருசில வருடங்களுக்கு முன்பு, ஆயிரக்கணக்கான முகவர்களைக் கொண்ட ஒரு பெரிய காப்பீட்டு நிறுவனம், தன்னுடைய விற்பனை மற்றும் வருவாய்த் துறையில் இந்த 80/20 விதியைப் பரிசோதித்துப் பார்க்க விரும்பியது. அது தன்னுடைய விற்பனையாளர்கள் அனைவரின் விற்பனை மற்றும் வருவாய் குறித்தத் தகவல்களை ஒரு கணினியில் ஏற்றி, அவற்றை அலசி ஆராய்ந்து, அந்த விதி உண்மைதான் என்பதைக் கண்டறிந்தது. அந்த நிறுவனத்தின் 20 சதவீத முகவர்கள் அதன் மொத்த வணிகத்தில் 80 சதவீதத்திற்குப் பங்களித்துக் கொண்டிருந்தனர். ஊழியர்களின் வருடாந்திர வருவாயில் இது எத்தகைய தாக்கத்தை ஏற்படுத்தியது என்று அந்நிறுவனத்தின் மேலாளர்கள் கேட்டனர். மேல்மட்டத்தில் இருந்த 20 சதவீத முகவர்கள், கீழ்மட்டத்தில் இருந்த 80 சதவீத முகவர்களின் வருவாயைவிடப் பதினாறு மடங்கு அதிகமாகச் சம்பாதித்தனர் என்பதை அவர்கள் கண்டறிந்தனர். அப்படியானால், மேல்மட்ட 20 சதவீத முகவர்கள் கீழ்மட்ட 80 சதவீத முகவர்களைவிடப் பதினாறு மடங்கு அதிக அறிவார்ந்தவர்களாக இருந்தனர் என்று அதற்குப் பொருளா?

இதற்கான பதில் எல்லோருக்கும் தெரிந்ததுதான். எவரொருவரும் மற்றொருவரைவிட 16 மடங்கு மேம்பட்டவர்களோ அல்லது புத்திசாலிகளோ அல்ல. ஒருசிலர், ஒருசில வழிகளில், தொடர்ந்து மற்றவர்களைவிட ஓரளவு மேம்பட்டவர்களாக இருந்து வருகின்றனர், அவ்வளவுதான்.

மேல்மட்ட 20 சதவீதத்தினரில் மேல்மட்ட 20 சதவீதத்தினர்

தங்கள் நிறுவனத்தில் இருந்த மேல்மட்ட 4 சதவீதத்தினரின் (அதாவது, மேல்மட்ட 20 சதவீதத்தினரிலுள்ள மேல்மட்ட 20 சதவீதத்தினரின்) வருவாயை, கீழ்மட்ட 80 சதவீதத்தினரின் வருவாயுடன் அந்த மேலாளர்கள் ஒப்பிட்டனர். மேல்மட்ட 4 சதவீத முகவர்கள் கீழ்மட்ட 80 சதவீத முகவர்களைவிட சராசரியாக 32 மடங்கு அதிக வருவாய் ஈட்டிக் கொண்டிருந்தனர். இதை அவர்கள் இன்னும் ஒரு படி மேலே எடுத்துச் சென்று, மேல்மட்ட 0.8 சதவீதத்தினரின் (அதாவது, மேல்மட்ட 4 சதவீதத்தினரிலுள்ள மேல்மட்ட 20 சதவீதத்தினரின்) வருவாயைக் கீழ்மட்ட 80 சதவீதத்தினரோடு ஒப்பிட்டனர். அவர்கள் கீழ்மட்ட 80 சதவீதத்தினரைவிட சராசரியாக 50 மடங்கு அதிக வருவாய் ஈட்டிக் கொண்டிருந்தனர்.

ஒவ்வொரு நகரத்திலும், ஒவ்வொரு பெரிய நிறுவனத்திலும் ஏதோ ஒரு நபர் அதே நகரத்திலுள்ள அல்லது அதே நிறுவனத்திலுள்ள ஒருவரைக் காட்டிலும் 50 மடங்கு அல்லது அதற்கும் மேலான வருவாயை ஈட்டிக் கொண்டிருக்கிறார். அவர்கள் இருவரும் அதே பொருளை, அதே விலையில், அதே மக்களுக்கு, அதே போட்டியான சூழ்நிலையில், அதே நிறுவனத்திற்காக விற்றுக் கொண்டிருக்கும்போதுதான் இது நிகழுகிறது. ஒரு சராசரியான விற்பனையாளர், குறிப்பாக, முழுக்க முழுக்கக் கமிஷன் அடிப்படையில் இயங்கும் ஒரு விற்பனைக் களத்தில், வருடத்திற்கு 30,000 முதல் 40,000 டாலர்கள்வரை வருமானம் ஈட்டிக் கொண்டிருக்கும்போது, அதே துறையில் மேல்மட்டத்தில் உள்ள ஒரு விற்பனையாளர், வருடத்திற்கு 8,00,000 டாலர்களுக்கும் அதிகமான வருவாயை ஈட்டிக் கொண்டிருக்கிறார்.

ஒரு முடிவுக்கு வாருங்கள்

விற்பனையாளர்களின் வருவாயில் இருக்கின்ற, மலைக்கும் மடுவுக்குமான இந்த வேறுபாட்டின் காரணமாக, தங்கள் துறையிலிருக்கும் உயர்மட்ட 20 சதவீதத்தினரின் குழுவில் இடம்பெற வேண்டும் என்பதுதான் விற்பனையாளர்கள் ஒவ்வொருவரின் நோக்கமாக இருக்க வேண்டும். அச்சமயத்தில் சந்தை நிலவரம் எப்படி இருந்தாலும், இந்த உயர்மட்ட 20 சதவீத விற்பனையாளர்கள் அமோகமாக விற்பனை செய்கின்றனர், மிகச் சிறப்பான வாழ்க்கையை வாழ்ந்து வருகின்றனர். அவர்கள் எப்போதும் வேலையில் இருக்கின்றனர், அவர்களை வேலைக்கு எடுத்துக் கொள்ள நான் நீ என்று எல்லோரும் போட்டிப் போடுகின்றனர். எல்லாவற்றுக்கும் மேலாக, அவர்கள் தங்கள் வேலையை மிகுந்த மகிழ்ச்சியோடு செய்து வருகின்றனர்.

விற்பனை செய்வதில் ஏன் இவ்வளவு பெரிய வித்தியாசம் இருக்கிறது? இது குறித்து நான் கண்டுபிடித்துள்ள விடைகளை நான் இப்புத்தகத்தில் உங்களுடன் பகிர்ந்து கொள்ளப் போகிறேன்.

வெற்றி அனுகூலத்தை வளர்த்துக் கொள்ளுங்கள்

விற்பனை உள்ளிட்டப் பல துறைகளில் உள்ள திறமைசாலிகள், ஒருசில குறிப்பிட்ட அம்சங்களில் தங்களுடைய சக ஊழியர்களைவிட மிகக் குறைவான அளவே மேம்பட்டவர்களாக இருக்கிறார்கள் என்ற கண்டுபிடிப்பு இருபதாம் நூற்றாண்டின் மனிதவளச் செயற்திறன் குறித்த ஒரு முக்கியமான கண்டுபிடிப்பாகும்.

இச்சிறிய வேறுபாடுதான் 'வெற்றி அனுகூலம்' என்று அழைக்கப்படுகிறது. வெவ்வேறு துறைகளில் உயர்மட்டத்தில் இருப்பவர்கள், தங்கள் துறைகளில் இந்த வெற்றி அனுகூலத்தை உருவாக்கிக் கொள்ளுகின்றனர். அதன் விளைவாக அவர்கள் அசாதாரணமான செயற்திறனை வெளிப்படுத்துகின்றனர், அசாதாரணமான விளைவுகளை உருவாக்குகின்றனர் .

இதை ஒரு குதிரைப் பந்தயத்தோடு ஒப்பிடலாம். ஒரு குதிரைப் பந்தயத்தில் தனது மூக்கை மட்டும் வெற்றிக் கோட்டிற்கு

வெளியே நீட்டும் குதிரை வெற்றி பெற்று, அதற்கு அடுத்து வரும் குதிரையைவிடப் பத்து மடங்குப் பரிசுத் தொகையையும் பெறுகிறது. அதற்காக அந்தக் குதிரை இரண்டாவதாக வருகின்ற குதிரையைவிடப் பத்து மடங்கு மேலானது அல்லது பத்து மடங்கு விரைவானது என்று கூறிவிட முடியுமா? முடியாது. சில பந்தயங்களில் வெறும் மூன்று அங்குல தூரம் முன்னால் ஓடுகின்ற ஒரு குதிரை வெற்றி பெற்றுவிடுகிறது.

ஒரு விற்பனையை வெற்றிகரமாக முடிப்பவருக்கு முழுக் கமிஷன் தொகையும் கிடைக்கிறது. விற்பனையை முடிக்காதவருக்கு எந்தக் கமிஷனும் கிடைப்பதில்லை. அதற்காக, விற்பனையை முடிக்காத விற்பனையாளர், வெற்றிகரமாக முடிப்பவரைவிடவும் இரண்டு மடங்கு சிறப்பானவர் என்று எடுத்துக் கொள்ள முடியுமா? எல்லா இடங்களிலும் மேல்மட்டச் செயற்திறனாளிகளுக்கும் கீழ்மட்டச் செயற்திறனாளிகளுக்கும் இடையே, திறமையைப் பொருத்தவரை மிக மிகக் குறைவான இடைவெளியே உள்ளது.

ஒரே பொருளை விற்றுக் கொண்டிருக்கும் இரண்டு விற்பனையாளர்களில், வருடத்திற்கு 2,50,000 டாலர்கள் வருவாய் ஈட்டுபவர், வருடத்திற்கு 25,000 டாலர்கள் வருவாய் ஈட்டுபவரைவிடப் பத்து மடங்கு அதிகப் புத்திசாலித்தனம் கொண்டவரோ அல்லது பத்து மடங்கு அதிகக் கடினமாக உழைப்பவரோ அல்ல.

இதற்கு அறிவாற்றல் காரணமல்ல

ஒருசில வருடங்களுக்கு முன்பு, நியூயார்க் நகரில் ஆய்வாளர்கள் அங்கொன்றும் இங்கொன்றுமாக ஆயிரம் நபர்களைத் தேர்வு செய்து அவர்களுடைய ஐ.கியூ என்று சொல்லப்படுகின்ற அறிவுத்திறனைச் சோதித்தனர். அதில் அதிகபட்ச ஐ.கியூவைக் கொண்டிருந்தவரின் ஐ.கியூ, மிகக் குறைந்த ஐ.கியூவைக் கொண்டிருந்தவரைவிட இரண்டரை மடங்கு மட்டுமே அதிகமாக இருந்தது. அதே குழுவில் அதிகபட்ச வருவாய் ஈட்டிக் கொண்டிருந்த நபர் (அவருடைய ஐ.கியூ இங்கு ஒரு பொருட்டாக இருக்கவில்லை), மிகக் குறைந்த வருவாயை

ஈட்டிக் கொண்டிருந்தவரைப்போல 100 மடங்கு அதிகமாகச் சம்பாதித்துக் கொண்டிருந்தார். பெரும் வெற்றியை நிர்ணயிப்பது ஒருவருடைய திறமைகள் அல்ல என்று அந்த ஆய்வு முடிவு தெரிவித்தது. எல்லோரிடமும் இயல்பாகவே விற்பனைத் திறமை உள்ளது. அந்தத் திறமையை வைத்துக் கொண்டு நீங்கள் என்ன செய்கிறீர்கள் என்பதே உங்களுடைய வெற்றியைத் தீர்மானிக்கிறது.

தொட்டதையெல்லாம் பொன்னாக்கும் திறமை

வெற்றிகரமான விற்பனையாளர்கள் எவ்வாறு சிந்திக்கின்றனர், எவ்வாறு நடந்து கொள்ளுகின்றனர் என்பதைக் கண்டுபிடிக்க ஏராளமான ஆய்வுகள் மேற்கொள்ளப்பட்டுள்ளன. இவர்கள் பலதரப்பட்ட வாடிக்கையாளர்களிடமும், வாடிக்கையாளர்களாக ஆக வாய்ப்புள்ளவர்களிடம் மிகச் சுலபமாக நட்புறவை வளர்த்துக் கொள்ளுகின்றனர் என்பதை அந்த ஆய்வுகள் நிரூபித்தன. வெற்றிகரமான விற்பனையாளர்கள் துவக்கத்திலேயே தங்கள்மீது தங்கள் வாடிக்கையாளர்கள் உறுதியான நம்பிக்கையையும் நல்லுறவையும் வளர்த்து கொள்ளும்படி செய்கின்றனர். விற்பனை வெற்றிகரமாக நிகழுவதில் ஒரு விற்பனையாளரின் ஆளுமை 80 சதவீதப் பங்கு வகிக்கிறது.

பொதுவாக ஒரு விற்பனையாளர் தன்னைக் குறித்துக் கொண்டுள்ள சுயபிம்பமும் சுயமதிப்பும், வாடிக்கையாளர்களுடனான அவருடைய உறவில் மற்ற எல்லாவற்றையும்விட அதிக முக்கியப் பங்கு வகிக்கின்றன. சுயமதிப்பிற்கும் வெற்றிகரமான விற்பனைக்கும் இடையே ஒரு நேரடித் தொடர்பு இருக்கிறது. தங்களை நேசிக்கவும் மதிக்கவும் செய்கின்ற விற்பனையாளர்கள், வாடிக்கையாளர்களை விரும்பவும் மதிக்கவும் தலைப்படுவர். பதிலுக்கு வாடிக்கையாளர்களும் அவர்களை விரும்புவர், மதிப்பர். அதன் காரணமாக, அவர்கள் அந்த விற்பனையாளர்களின் பரிந்துரைகளை ஏற்றுக் கொள்ளத் தலைப்படுவர்.

வெற்றி உணர்வு

சுயமதிப்பிற்கும் தனிப்பட்டச் செயற்திறனுக்கும் இடையே உள்ள உறவை விவரிக்க, ‘செயற்திறன் அடிப்படையிலான சுயமதிப்பு’ என்ற சொல்லாடலைப் பயன்படுத்துகின்றனர். உங்களை நீங்கள் எந்த அளவுக்கு நேசிக்கிறீர்களோ, அவ்வளவு சிறப்பாக நீங்கள் வேலை செய்வீர்கள். நீங்கள் எவ்வளவு சிறப்பாக வேலை செய்கிறீர்களோ, அந்த அளவு உங்களை அதிகமாக நேசிப்பீர்கள். ஒன்று மற்றொன்றைத் தூண்டுகிறது. நீங்கள் மேன்மேலும் அதிகமாக வெற்றி பெறும்போது, நீங்கள் ஒரு வெற்றியாளர் என்ற உணர்வு உங்களிடம் அதிகமாகத் தலைதூக்கும். இந்த வெற்றியுணர்வை நீங்கள் அதிகமாக ரசிக்கும்போது, நீங்கள் அதிகக் கடினமாக உழைப்பீர்கள், விற்பனை நிமித்தமாக அதிகமான மக்களைச் சந்திப்பீர்கள், உங்கள் விற்பனையும் அதிகரிக்கும்.

உங்களுடைய செயற்திறனை நம்புதற்கரிய விதத்தில் அதிகரிக்கத் தேவையான பல உத்திகளும் வழிமுறைகளும் இனிவரும் பக்கங்களில் விளக்கப்பட்டுள்ளன. உங்களுடைய செயற்திறனில் ஏற்படும் மேம்பாடு காரணமாக நீங்கள் உங்களை இன்னும் அதிகமாக நேசிக்கவும் மதிக்கவும் தொடங்குவீர்கள். அது உங்கள் செயற்திறன் மேலும் அதிகரிக்கத் தூண்டுகோலாக இருக்கும். உங்களுடைய வெற்றியும் தனிப்பட்டச் செயற்திறனும் பன்மடங்கு உயர்ந்து உங்கள் துறையில் நீங்கள் உச்சபட்ச நிலையை அடைய உங்களுக்கு உதவும்.

அத்தியாயம் ஒன்று

அடிப்படைகளில் மேதமை பெறுங்கள்

புகழ்பெற்ற அமெரிக்கக் கால்பந்துப் பயிற்றுவிப்பாளரான வின்ஸ் லொம்பார்டி, விஸ்கான்ஸின் மாநிலத்திலுள்ள 'கிரீன் பே பேக்கர்ஸ்' கால்பந்தாட்ட அணியைப் பயிற்றுவிக்க அழைத்து வரப்பட்ட நேரத்தில், அந்த அணி பல வருடங்களாக மிகவும் தடுமாறி வந்திருந்தது.

தன்னுடைய புதிய அணியை ஒரு சாம்பியன் அணியாக மாற்ற அவர் என்ன மாற்றத்தை மேற்கொள்ளவிருந்தார் அல்லது எதை வித்தியாசமாகச் செய்யவிருந்தார் என்று வின்ஸ் லொம்பார்டியிடம் கேட்கப்பட்டபோது, அவர் உதிர்த்த முத்தான வார்த்தைகள் இவைதாம்: "நாங்கள் வசீகரமாக எதையும் செய்யப் போவதில்லை. வெறுமனே ஓடுதல், பந்தை உதைத்தல், வீரர்களுக்கு இடையே பந்தைக் கடத்துதல், பிடித்தல் ஆகியவற்றில் தேசிய அளவில் தலைசிறந்த அணியாக நாங்கள் உருவாகப் போகிறோம். அதாவது, கால்பந்து விளையாட்டின் அடிப்படைகளில் நாங்கள் மிகச் சிறந்தவர்களாக ஆகப் போகிறோம்."

அவர் மேலும் இவ்வாறு கூறினார். "நாங்கள் ஒவ்வோர் ஆட்டத்தையும் நேர்த்தியாகவும் திறமையாகவும் விளையாடப் போகிறோம். நாங்கள் என்ன செய்யப் போகிறோம் என்பதை எங்களுடைய எதிரணியினர் உணர்ந்திருந்தாலும், அவர்களால் எங்களைத் தடுத்து நிறுத்த முடியாது."

ஒரு வெற்றிகரமான விற்பனைக்கு எவையெல்லாம் அடிப்படையானவை என்பதை முதலில் கண்டறிந்து, அவற்றில் திறமை பெறுகின்றவர்கள்தான் உச்சபட்சச் செயற்திறனுடன் செயல்படுகின்ற விற்பனையாளர்களாக ஆகின்றனர் .

வெற்றிகரமான விற்பனையின் அடிப்படைகள்

விற்பனைத் தொழிலில் நீங்கள் வெற்றி பெறுவதைத் தீர்மானிக்கின்ற ஏழு முக்கிய அம்சங்கள் உள்ளன. அவை ஒவ்வொன்றிலும் நீங்கள் எந்த நிலையில் இருக்கிறீர்கள் என்பதற்கு உங்களுக்கு நீங்களே மதிப்பெண்களை வழங்கிக் கொள்ளுங்கள். குறைந்தபட்ச மதிப்பெண் பூஜ்ஜியம் என்றும், அதிகபட்ச மதிப்பெண் பத்து என்றும் வைத்துக் கொள்ளுங்கள். இந்த ஏழு அம்சங்களில் ஏதேனும் ஒன்றில் நீங்கள் பலவீனமாக இருந்தால்கூட அது உங்களுடைய விற்பனைச் செயற்திறனை பாதிக்கும் என்பதை நினைவில் வைத்திருங்கள்.

இன்னும் சொல்லப் போனால், இருப்பதிலேயே பலவீனமாக அம்சம்தான் உங்களுடைய விற்பனையின் அளவையும் உங்கள் வருவாயின் அளவையும் பெருமளவுக்கு தீர்மானிக்கும். சில சமயங்களில், நீங்கள் உங்களுடைய பலவீனமான அம்சத்தைச் சரி செய்யும்போது அது உங்களுடைய விற்பனையைப் பெருமளவு அதிகரிக்கும்.

இவைதான் அந்த ஏழு அம்சங்கள்:

1. **விற்பனை வாய்ப்பை உருவாக்கிக் கொள்ளுதல்.** வாடிக்கையாளர்களாக ஆவதற்கு அதிக வாய்ப்புள்ளவர்களைத் தேடிக் கண்டறிந்து அவர்களோடு நேரம் செலவிடுங்கள்.
2. **நட்புணர்வையும் நம்பிக்கையையும் வளர்த்துக் கொள்ளுதல்.** வாடிக்கையாளர்களாக ஆக வாய்ப்புள்ளவர்களிடம்

புரிந்துணர்வோடு நடந்து கொள்ளுங்கள். இது, அவர்கள் உங்கள்மீது நம்பிக்கை வைக்கவும், உங்களை விரும்பவும், தங்களுடைய தேவைகளையும் பிரச்சனைகளையும் உங்களுடன் பகிர்ந்து கொள்ளவும் வழி வகுக்கும்.

3. **தேவைகளைக் கண்டறிதல்.** வாடிக்கையாளர்களாக ஆக வாய்ப்புள்ளவர்கள், நீங்கள் விற்கும் பொருள் தொடர்பான தங்களுடைய தேவைகள், விருப்பங்கள், உண்மையான பிரச்சனைகள் போன்றவற்றை உங்களுடன் பகிர்ந்து கொள்ளுவதை ஊக்குவிக்கும் விதத்தில் தெளிவான, ஒழுங்காக வடிவமைக்கப்பட்டுள்ள கேள்விகளை அவர்களிடம் கேளுங்கள்.

4. **விளக்கம் அளித்தல்.** உங்களுடைய வாடிக்கையாளர்களாக ஆகவிருப்பவர்களுக்கு அக்கணத்தில் தேவைப்படுவது உங்களுடைய பொருள்தான் என்பதை அவர்களிடம் விளக்கமாக எடுத்துரையுங்கள்.

5. **ஆட்சேபனைகளுக்கு பதிலளித்தல்.** உங்களுடைய விற்பனைப் பொருளின் விலை மற்றும் அதன் செயற்திறன் குறித்து, வாடிக்கையாளர்களாக ஆகவிருப்பவர்களிடம் இருந்து வரக்கூடிய இயல்பான ஆட்சேபனைகளுக்குத் தர்க்கரீதியான மற்றும் ஏற்றுக் கொள்ளத்தக்க பதில்களை அளியுங்கள்.

6. **விற்பனையை வெற்றிகரமாக முடித்தல்.** உங்களுடைய விற்பனை உரையாடலை ஒரு திருப்தியான முடிவுக்குக் கொண்டுவந்து, விற்பனை ஒப்பந்தத்தில் கையெழுத்திடுதல் அல்லது உறுதியான ஆர்டரைக் கொடுத்தல் மூலமாக அந்த விற்பனையை நிறைவு செய்யுங்கள்.

7. **மீண்டும் மீண்டும் வாங்கச் செய்தல், மற்றவர்களிடம் பரிந்துரைக்கச் செய்தல்.** உங்களுடைய வாடிக்கையாளர்கள் மீண்டும் மீண்டும் உங்களிடம் வாங்க விரும்பும் விதத்திலும், உங்களுடைய பொருளைத் தங்கள் நண்பர்கள் மற்றும் பிறருக்கும் பரிந்துரை செய்யும் விதத்திலும், விற்பனைக்குப் பிந்தைய சிறப்பான வாடிக்கையாளர் சேவையை அவர்களுக்கு வழங்குங்கள்.

மேலே குறிப்பிடப்பட்டுள்ள ஒவ்வோர் அம்சத்திலும் நீங்கள் பெற்றுள்ள மதிப்பெண்களைக் கூட்டி அதை ஏழால் வகுத்துக் கொள்ளுங்கள். உங்களுடைய சராசரி மதிப்பெண் ஐந்துக்கும் குறைவாக இருந்தால், உங்களுடைய விற்பனை சிறப்பாக இல்லை என்று எடுத்துக் கொள்ளலாம். எந்த அம்சத்தில் உங்களுடைய மதிப்பெண் மிகக் குறைவாக இருக்கிறதோ அதுதான் மற்றவற்றைவிட அதிகமாக உங்களுடைய விற்பனையை இழுத்துப் பிடிக்கிறது என்பதை நீங்கள் புரிந்து கொள்ளலாம்.

பழைய மற்றும் புதிய விற்பனை மாதிரிகள்

வெற்றிகரமான விற்பனையாளர்களில் பெரும்பாலானோர், 'புதிய விற்பனை மாதிரி' என்று நான் அழைக்கின்ற ஒரு விற்பனை மாதிரியைப் பயன்படுத்துகின்றனர். இது பழைய மாதிரியிலிருந்து முற்றிலும் வேறுபட்டது. ஆனால், பல நிறுவனங்களும் ஏராளமான விற்பனையாளர்களும் இன்றும் அந்தப் பழைய மாதிரியைத்தான் பயன்படுத்திக் கொண்டிருக்கின்றனர். இந்த இரண்டு மாதிரிகளுமே நான்கு பகுதிகளை உள்ளடக்கியவை.

பழைய மாதிரியின் முதல் பகுதி, ஒருவரை முதன்முதலாகச் சந்திப்பதிலிருந்து தொடங்குகிறது. இது விற்பனைச் செயல்முறையில் 10 சதவீத இடத்தை எடுத்துக் கொள்ளுகிறது. ஒரு விற்பனையாளர், வாடிக்கையாளராக வாய்ப்புள்ள ஒரு நபரைச் சந்தித்து, "நீங்கள் எப்படி இருக்கிறீர்கள்?" என்று சம்பிரதாயமாகத் துவக்கி, வானிலையைப் பற்றியோ, சமீபத்தியத் தொலைக்காட்சி நிகழ்ச்சி ஒன்றைப் பற்றியோ பேசி உரையாடலைத் துவக்குவார். பிறகு அவர் நேரடியாக விற்பனை உரையாடலுக்குள் நுழைந்துவிடுவார்.

பழைய மாதிரியின் இரண்டாவது பகுதி, தான் விற்கவிருக்கும் பொருளை, வாடிக்கையாளராக ஆக வாய்ப்புள்ளவர் வாங்கும் நிலையில் உள்ளாரா என்பதை அந்த விற்பனையாளர் கணிப்பதை உள்ளடக்கியது. அந்த நபரால் அந்தப் பொருளை உண்மையில் வாங்க முடியுமா என்பதைக் கண்டுபிடிக்க உதவும் சாதுரியமான கேள்விகளைக் கேட்க விற்பனையாளர்கள் பயிற்றுவிக்கப்பட்டுள்ளனர். ஏனெனில், வாங்கும் சக்தி

இல்லாத நபர்களிடம் தேவையில்லாமல் விற்பனை குறித்த விளக்கவுரையை நிகழ்த்தி அவர்கள் தங்கள் நேரத்தை வீணாக்க வேண்டாமல்லவா? தங்களுடைய பொருளைப் பற்றிய சிறப்பான தகவல்களை அவர்கள்முன் எடுத்துரைத்து அவர்களை வாங்க வைக்க முயற்சிப்பது மூன்றாவது பகுதியில் வரும். தங்களுடைய பொருட்களின் பயன்களைப் பற்றி விரிவாக எடுத்துரைக்கவும், வாடிக்கையாளர்களாக ஆகவிருப்பவர்கள் எழுப்பும் ஆட்சேபனைகளுக்கு புத்திசாலித்தனமாக பதிலளிக்கவும் அவர்கள் பயிற்றுவிக்கப்பட்டுள்ளனர்.

பழைய மாதிரியின் கடைசிப் பகுதி, விற்பனையை முடிப்பதை உள்ளடக்கியது. விற்பனைச் செயல்முறையில் நாற்பது சதவீத இடத்தை இது எடுத்துக் கொள்ளுகிறது. பலதரப்பட்ட உத்திகளைப் பயன்படுத்தி ஒரு விற்பனையை எவ்வாறு வெற்றிகரமாக முடிப்பது என்பதில்தான் ஒரு விற்பனையாளரின் முழுத் திறமையும் அடங்கியுள்ளது.

புதிய வாடிக்கையாளர்கள், புதிய மாதிரிகள்

இன்று 'பழைய மாதிரி விற்பனை' வேலை செய்யாது. வாடிக்கையாளர்கள் இன்று அதிகமான தகவல்கள் கைவரப் பெற்றுள்ளனர், அவர்கள் முற்றிலுமாக மாறியிருக்கின்றனர். இன்று ஒரு பொருள் தங்களிடம் எப்படி விற்கப்பட வேண்டும் என்று அவர்கள் எதிர்பார்க்கிறார்களோ, அந்த விதத்தில் அவர்களிடம் விற்பனை செய்வதற்கு மேல்மட்ட இருபது சதவீத விற்பனையாளர்கள் கற்றுக் கொண்டுள்ளனர்.

இப்புதிய விற்பனை மாதிரி, தலைகீழாகக் கவிழ்த்து வைக்கப்பட்டிருக்கும் ஒரு பிரமிடைப் போன்றது. இந்தப் பிரமிடு நான்கு பகுதிகளாகப் பிரிக்கப்பட்டுள்ளது. முதல் பகுதி, விற்பனை உரையாடலில் 40 சதவீதத்தை எடுத்துக் கொள்ளுகிறது. முதலில் நடைபெறும் விற்பனை உரையாடல்கள் ஒரு விற்பனையாளருக்கும் ஒரு வாடிக்கையாளருக்கும் இடையே நம்பிக்கையை உருவாக்குவதை நோக்கமாகக் கொண்டிருக்கும். ஒருவர் ஒரு பொருளை வாங்க வேண்டுமா வேண்டாமா என்ற தீர்மானத்தை எடுப்பதில் நம்பிக்கை மிக முக்கியமான பங்கு வகிக்கிறது. மக்களுக்கு இடையேயான உறவுகளிலும் நம்பிக்கை ஒரு முக்கியமான பங்கு வகிக்கிறது.

இப்புதிய மாதிரியின் இரண்டாவது பகுதி, வாடிக்கையாளரின் தேவையைத் துல்லியமாகக் கண்டுபிடிப்பதைப் பற்றியது. இது இந்த விற்பனை மாதிரியின் 30 சதவீதமாகும். நீங்கள் உங்களுடைய விற்பனைப் பொருளைப் பற்றி வாயைத் திறப்பதற்கு முன்பாக, வாடிக்கையாளர்களின் தேவையை முழுமையாகப் புரிந்து கொள்ள உதவக்கூடிய, சீராக வடிவமைக்கப்பட்டுள்ள கேள்விகளைக் கேட்க நேரத்தை ஒதுக்கிக் கொள்ள வேண்டும்.

இப்புதிய மாதிரியின் அடுத்தப் பகுதி, வாடிக்கையாளர் ஏற்கனவே தெரிவித்துள்ள தகவல்களின் அடிப்படையில் உங்களுடைய விற்பனைப் பொருளைப் பற்றி அவரிடம் எடுத்துரைப்பதாகும். உங்களுடைய பொருள் எவ்வாறு அவருடைய தேவையை நிறைவேற்றும் என்று நீங்கள் அவரிடம் எடுத்துரைக்க வேண்டும். இது இந்த விற்பனை மாதிரியின் 20 சதவீதமாகும்.

புதிய மாதிரியின் கடைசிப் பகுதி, வாடிக்கையாளர் உங்கள் பொருளை வாங்கிக் கொள்ளும் தீர்மானத்தை எடுக்க நீங்கள் அவரிடம் கோரிக்கை வைப்பது. இது இப்புதிய விற்பனை மாதிரியின் பத்து சதவீதமாகும். வாடிக்கையாளர் எதை விரும்புகிறாரோ அல்லது அவருக்கு எது தேவையோ அதைத்தான் நீங்கள் அவரிடம் விற்க முயற்சிக்கிறீர்கள் என்பதை நீங்கள் இங்கு உறுதி செய்து கொள்ள வேண்டும். வாடிக்கையாளருக்கு உங்கள்மீது நம்பிக்கையை வளர்த்தெடுப்பதில் நீங்கள் எவ்வளவு அதிக நேரத்தைச் செலவிடுகிறீர்களோ, அவரிடம் ஒரு விற்பனை விளக்கவுரையை வழங்குவதும் உங்கள் பொருளை விற்பதும் அவ்வளவு எளிதாக இருக்கும்.

உறவு மூலமான விற்பனை

இப்புதிய மாதிரியை 'உறவு மூலமான விற்பனை' என்று நான் அழைக்கிறேன். நீங்கள் உங்கள் வாடிக்கையாளர்களுடன் தரமான, தொழில்முறைரீதியான வணிக உறவை வளர்த்துக் கொள்ளுவதுதான் இன்றைய உலகில் விற்பனைத் தொழிலில் வெற்றி பெறுவதற்கான முக்கியத் தேவையாகும்.

வாடிக்கையாளர்களிடம் உங்கள்மீதான நம்பிக்கையை வளர்த்தெடுத்து, அவர்களுடைய தேவைகளைத் துல்லியமாகக் கண்டறிந்து, அந்தத் தேவைகளை உங்களுடைய விற்பனைப் பொருள் சிறப்பாக நிறைவேற்றும் என்று அவரிடம் விளக்கமாக எடுத்துரைத்து, அவரை உங்களுடைய பொருளை வாங்க வைப்பதுதான் இப்புதிய மாதிரியாகும்.

உறவு மூலமான விற்பனை பற்றி இப்புத்தகம் நெடுகிலும் நாம் ஆங்காங்கே பேசுவோம். அதோடு, நாம் மீண்டும் மீண்டும் இரண்டு விஷயங்களை அடிக்கடித் திரும்பிப் பார்ப்போம். முதலாவது, நம்பகமான உறவுகளை வளர்த்தெடுப்பதன் முக்கியத்துவம். இரண்டாவது, அடிப்படைகளில் கைதேர்ந்து விளங்குவதன் முக்கியத்துவம். நீங்கள் ஒரு தலைசிறந்த விற்பனையாளராக ஆகி, உங்கள் தொழிலில் உச்சபட்ச இருபது சதவீதத்தினரில் ஒருவராகவோ அல்லது உச்சபட்சப் பத்து சதவீதத்தினரில் ஒருவராகவோ ஆவதற்கு, முதலில், விற்பனையில் வெற்றி பெறுவதற்குத் தேவையான திறமைகளைக் கண்டுபிடித்து, அத்திறமைகள் ஒவ்வொன்றிலும் கைதேர்ந்தவராக ஆவதற்கு நீங்கள் என்ன செய்ய வேண்டும் என்பதை நீங்கள் தீர்மானிக்க வேண்டும்.

செய்முறைப் பயிற்சிகள்

1. வெற்றிக்கான ஏழு முக்கிய அடிப்படை அம்சங்கள் ஒவ்வொன்றிலும், பூஜ்ஜியத்திலிருந்து பத்துவரையிலான மதிப்பெண் அளவீட்டில் நீங்கள் எத்தனை மதிப்பெண்களை எடுத்துள்ளீர்கள் என்பதைக் கணித்து, அந்த ஏழில் எவற்றில் நீங்கள் வலிமையானவராக இருக்கிறீர்கள், எவற்றில் பலவீனமாக இருக்கிறீர்கள் என்பதைக் கண்டறியுங்கள்.
2. நீங்கள் பலவீனமாக உள்ள ஓர் அம்சத்தைத் தேர்ந்தெடுத்து, அதில் சிறப்பானவராக ஆகும்வரை தினமும் தொடர்ந்து அதைப் பயிற்சி செய்யுங்கள்.

அத்தியாயம் இரண்டு

எப்போதும் உற்சாகமாக இருங்கள்

வெற்றிகரமான விற்பனைக்கும் 80/20 விதி பொருந்தும். உங்களுடைய வெற்றியின் 80 சதவீதத்தை உங்களுடைய அணுகுமுறையும் ஆளுமையும் ஊக்க நிலையும்தான் தீர்மானிக்கின்றன.

‘உற்சாகத்தின் பரிமாற்றம்,’ விற்பனை உரையாடல்களில் ஒரு முக்கியமான அம்சம் என்று கூறப்படுகிறது. உங்களுடைய உற்சாகத்தையும், உங்களுடைய விற்பனைப் பொருளின் சிறப்பைப் பற்றிய நம்பிக்கையையும் எப்போது நீங்கள் உங்கள் வாடிக்கையாளரின் மனத்திற்கு இடமாற்றம் செய்கிறீர்களோ அப்போதுதான் விற்பனை நடந்தேறுகிறது. மின் பரிமாற்றத்தைப்போலவே, உற்சாகம் எனும் பொறி உங்களிடமிருந்து வெளிப்பட்டு உங்களுடைய வாடிக்கையாளரின் மனத்தில் இடம் பிடிக்கும்போதுதான் விற்பனை நிறைவடைகிறது.

வாடிக்கையாளர்களுடன் ஒரு நல்லுறவை வளர்த்து விற்பனையை முடிக்க உதவுவதில் உற்சாகம் மிக முக்கியப் பங்கு வகிக்கிறது. நீங்கள் உங்களைக் குறித்தும், உங்களுடைய விற்பனைப்

பொருளைக் குறித்தும், உங்களுடைய நிறுவனத்தைக் குறித்தும் அளப்பரிய உற்சாகத்தைக் கொண்டிருக்க வேண்டும். அதோடு, அந்த உற்சாகம் உங்கள் வாடிக்கையாளர்களையும் தொற்றிக் கொள்ளும்படி செய்வதில் நீங்கள் திறமை பெற்றிருக்க வேண்டும். ஒரு கட்டுமஸ்தான உடலை வளர்த்தெடுப்பதைப்போல, கரைபுரண்டு ஓடும் உற்சாகத்தையும் உங்களால் வளர்த்தெடுக்க முடியும். பிறக்கும்போதே யாரும் உற்சாகம் பொங்கப் பிறப்பதில்லை.

உங்களுடைய ஆற்றலை உச்சத்தில் வைத்துக் கொள்ளுங்கள்

அளப்பரிய உற்சாகத்தையும் விற்பனை ஆற்றலையும் வளர்த்துக் கொள்ளவும் அவற்றைத் தக்கவைத்துக் கொள்ளவும் உதவக்கூடிய பல விதமான உத்திகள் இருக்கின்றன.

நேர்மறையான எதிர்பார்ப்புகளைக் கொண்டிருங்கள்

இது ஒரு மிகச் சிறந்த ஊக்குவிப்புக் காரணி என்பதில் ஐயமில்லை. உங்களுடைய எதிர்பார்ப்பு உங்களுடைய மனப்போக்கைத் தீர்மானிக்கிறது. உங்களுடைய மனப்போக்கு நீங்கள் பிறரை நடத்தும் விதத்தையும் அவர்கள் அதற்கு எதிர்வினையாற்றும் விதத்தையும் தீர்மானிக்கிறது.

நீங்கள் எப்போதுமே மிகச் சிறப்பாகச் செயல்படுவீர்கள் என்று எதிர்பார்ப்பதன் மூலம் நேர்மறையான எதிர்பார்ப்புக் குறித்த ஒரு மனப்போக்கை உங்களால் உருவாக்கிக் கொள்ள முடியும். நீங்கள் சந்தித்து உரையாடும் ஒவ்வொரு நபரும் உங்களுடைய வாடிக்கையாளராக ஆகக்கூடிய சாத்தியம் உள்ளவர் என்று எதிர்பாருங்கள். மக்கள் உங்களை விரும்புகிறார்கள் என்றும், உங்கள் பொருளைப் பற்றி நீங்கள் விளக்க விழையும்போது அதைக் காது கொடுத்துக் கேட்க அவர்கள் தயாராக இருக்கிறார்கள் என்றும் எதிர்பாருங்கள். உங்கள்மீது நம்பிக்கை வையுங்கள். உங்கள் துறையில் முன்னணி நிலையை எட்டுவதற்கான திறமை உங்களுக்கு இருக்கிறது என்று நம்புங்கள்.

நேர்மறையான சுயபேச்சைப் பயன்படுத்துங்கள்

எந்நேரமும் உங்களைக் குறித்து நேர்மறையான விதத்தில் உங்களிடம் நீங்களே பேசிக் கொண்டிருங்கள். நீங்கள் உங்களிடம் தொடர்ந்து எவ்வாறு பேசிக் கொண்டிருக்கிறீர்கள் என்பதுதான் உங்களுடைய உணர்வுகளில் 95 சதவீதத்தைத் தீர்மானிக்கிறது. வெற்றிகரமான மனிதர்கள் எந்த இலக்குகளை அடைய விரும்புகிறார்களோ, பிறர் தங்களை எந்தக் கண்ணோட்டத்தில் பார்க்க வேண்டும் என்று விரும்புகிறார்களோ, அவற்றுக்கு இணக்கமாக இருக்கின்ற நேர்மறையான சுயபிரகடனங்கள் எப்போதும் தங்கள் மனத்தில் நிரம்பியிருப்பதை அவர்கள் உறுதி செய்து கொள்ளுகின்றனர். இதன்மீது அவர்கள் தனிப்பட்ட கவனம் செலுத்துகின்றனர்.

வெற்றிகரமான விற்பனையாளர்கள் தங்கள் வேலையை மிகவும் நேசிக்கின்றனர். அவர்கள் தங்களுடைய விற்பனைப் பொருள் குறித்துப் பெருமிதம் கொண்டுள்ளனர். அவர்கள் தங்கள் நிறுவனத்திடமும் தங்கள் வாடிக்கையாளர்களிடமும் அளவு கடந்த அர்ப்பணிப்பைக் கொண்டுள்ளனர். அவர்கள் தொடர்ந்து, “நான் என் வேலையை நேசிக்கிறேன்! நான் என் வேலையை நேசிக்கிறேன்!” என்று தங்களுக்குத் தாங்களே கூறிக் கொள்ளுவதன் மூலம், எதிர்மறையான எண்ணங்கள் தங்கள் மனத்தை நெருங்காதபடி பார்த்துக் கொள்ளுகின்றனர்.

நேர்மறையாக மனக்காட்சிப்படுத்துங்கள்

நீங்கள் எப்படிப்பட்ட ஒருவராக ஆக விரும்புகிறீர்களோ அப்படிப்பட்டக் காட்சிகளை உங்கள் மனத்தில் தொடர்ந்து உருவாக்கிக் கொண்டிருங்கள். நீங்கள் உங்கள் அகக்கண்ணில் எதைப் பார்க்கிறீர்களோ அதுவே புறத்திலும் உருவாகும்.

விளையாட்டுத் துறையிலும் விற்பனைத் துறையிலும், மனக்காட்சிப்படுத்துதல் என்ற சக்திவாய்ந்த உத்தி மிகப் பரவலாகப் பயன்படுத்தப்பட்டு வருகிறது. எப்போதும் நேர்மறையாகவும் ஊக்கத்துடனும் இருப்பதற்கும் உயர்ந்த செயற்திறனுடன் செயல்படுவதற்கும் அதை நீங்களும் பயன்படுத்தலாம். நீங்கள்

உங்கள் கண்களை மூடிக் கொண்டு, உங்களுடைய விற்பனை இலக்கை எட்டுகின்ற ஒரு வெற்றிகரமான விற்பனையாளராக உங்களை உங்கள் மனத்தில் காட்சிப்படுத்திக் கொள்ள வேண்டும். நீங்கள் இக்காட்சியை உங்கள் மனத்தில் ஓடவிடும் ஒவ்வொரு முறையும், அதைத் தனக்கு இடப்பட்ட ஓர் ஆணையாக உங்கள் ஆழ்மனம் ஏற்றுக் கொள்ளும். நீங்கள் விற்பனைக் களத்திற்குச் செல்லும்போது, உங்கள் மனத்தில் நீங்கள் பதிந்து வைத்திருக்கும் சுயபிம்பத்தோடு ஒத்துப் போகின்ற விதத்தில் நீங்கள் செயல்படத் தேவையான உற்சாகத்தையும் ஆற்றலையும் நேர்மறையான மனப்போக்கையும் உங்கள் ஆழ்மனம் உங்களுக்கு வழங்கும். விற்பனையில் நீங்கள் பெரும் வெற்றி பெற மற்ற எல்லாவற்றையும்விட இந்த உத்தி உங்களுக்கு அதிகமாக உதவும்.

உங்கள் மனத்திற்கு நேர்மறையான ஊட்டச்சத்தை அளியுங்கள்

ஆரோக்கியமான, ஊட்டச்சத்து மிகுந்த உணவை நீங்கள் உட்கொண்டால், உங்கள் ஆற்றல் அதிகரிக்கும், நாள் முழுவதும் நீங்கள் சிறப்பாகச் செயல்படுவீர்கள். அதேபோல, நீங்கள் உங்கள் மனத்திற்கும் நேர்மறையான விஷயங்களை வழங்கி வந்தால் – அதை நான் மனத்திற்கான புரதச்சத்து என்று அழைக்கிறேன் – நீங்கள் சிறப்பாகச் சிந்திப்பீர்கள், நாள் முழுவதும் உங்களைப் பற்றிச் சிறப்பாக உணருவீர்கள்.

நீங்கள் உங்கள் மனத்தை மேம்படுத்தவும், உங்களைக் குறித்து நல்லவிதமாக உணரவும், விற்பனைத் துறையில் மேல்மட்டத்தில் இருக்கும் 20 சதவீதத்தினரில் ஒருவராக ஆவதற்கும் தேவையான மூன்று விஷயங்களை இப்போது நாம் பார்க்கலாம்:

1. **தினமும் அரை மணிநேரத்திலிருந்து ஒரு மணி நேரம்வரை எதையேனும் படியுங்கள்.** உடலுக்கு உடற்பயிற்சி எவ்வளவு முக்கியமோ, அதேபோல மனத்திற்குப் புத்தகங்கள் மிகவும் முக்கியம். விற்பனைத் துறை தொடர்பான நல்ல புத்தகங்களைத் தேடிப் பிடித்து, அவற்றில் குறிப்பிடப்பட்டுள்ள விற்பனை உத்திகள், வியூகங்கள், நிரூபணமான வழிமுறைகள் ஆகியவற்றை தினமும்

காலையில் ஒரு மணிநேரம் படியுங்கள். அதோடு, விற்பனை தொடர்பான கட்டுரைகளையும் பத்திரிகைகளையும் படியுங்கள்.

2. **உங்கள் துறை தொடர்பான ஆடியோ பயிற்சிகளையும் 'சிடி'க்களையும் கேளுங்கள்.** காரில் செல்லும்போது நீங்கள் உங்கள் ஸ்மார்ட்போனில் இவற்றைக் கேட்கலாம். 'சக்கரங்களுடன்கூடிய வகுப்பறையாக' உங்கள் காரை மாற்றிக் கொள்ளுங்கள். ஊக்குவிப்புப் பேச்சாளரும் பிரபல நூலாசிரியருமான ஜிக் ஜிக்லர் கூறியதுபோல, "வாகனப் பல்கலைக்கழகத்தில் ஓர் உறுப்பினராகி, உங்கள் தொழில்வாழ்க்கை முழுவதும் படித்துக் கொண்டே இருங்கள்."

3. **உங்களால் முடிந்த அனைத்துக் கருத்தரங்குகளிலும் கலந்து கொள்ளுங்கள்.** வருடத்திற்கு நான்கு கருத்தரங்குகளில் நீங்கள் பங்கு கொள்ளப் போவதாக ஓர் உறுதிமொழி எடுத்துக் கொள்ளுங்கள். முதல் வரிசையில் அமர்ந்து கொண்டு கவனமாகக் குறிப்பெடுத்துக் கொள்ளுங்கள். கருத்தரங்கை நடத்துபவரோடு பேசுங்கள். கேள்விகள் கேட்டு உங்கள் சந்தேகங்களைத் தீர்த்துக் கொள்ளுங்கள். பிற பங்கேற்பாளர்களைச் சந்தித்து, அந்தக் கருத்தரங்கிலிருந்து அவர்கள் எதை முக்கியமாகக் கற்றுக் கொண்டனர் என்பதைக் கேட்டுத் தெரிந்து கொள்ளுங்கள்.

ஒரு கருத்தரங்கிலிருந்து வீடு திரும்பியதும், நீங்கள் எடுத்துள்ள குறிப்புகளை முழுமையாக அலசுங்கள். அடுத்த ஒரு மாதத்திற்கு, குறைந்தபட்சம் வாரத்திற்கு ஒரு முறையாவது அக்குறிப்புகளை வெளியே எடுத்து அவற்றைப் படித்துப் பாருங்கள். நீங்கள் அந்தக் கருத்தரங்கில் கற்றுக் கொண்ட யோசனைகளை நடைமுறைப்படுத்த எத்தகைய நடவடிக்கைகளை மேற்கொள்ள வேண்டும் என்று தொடர்ந்து சிந்தியுங்கள். நீங்கள் அந்தக் கருத்தரங்கில் கலந்து கொண்டு பெற்ற அனுபவங்கள் உங்கள் தொழில்வாழ்க்கையின்மீது ஒரு நேர்மறையான தாக்கத்தை ஏற்படுத்தி உங்களுக்கு அளப்பரிய வெகுமதிகளைப் பெற்றுக் கொடுப்பதை உறுதி செய்யும் விதத்தில், அக்கருத்தரங்கில் நீங்கள்

கற்றுக் கொண்ட விஷயங்களை நடைமுறையில் ஒழுங்குடன் செயல்படுத்துங்கள்.

நேர்மறையானவர்கள் உங்களைச் சூழ்ந்திருக்கட்டும்

நீங்கள் உறவாடிக் கொண்டிருக்கும் மனிதர்கள் உங்கள் சிந்தனையின்மீதும் உங்கள் உணர்ச்சிகள்மீது எப்போதும் பெரும் தாக்கத்தை விளைவிப்பர். அதனால், எப்போதும் வெற்றியாளர்களுடன் வலம் வாருங்கள். தங்களுடைய தொழில்வாழ்க்கையில் உச்சத்திற்குச் செல்லவிருக்கும் நேர்மறையான நபர்களோடு தொடர்பு ஏற்படுத்திக் கொள்ளுங்கள். "நீங்கள் கோழிகளோடு சேர்ந்து குப்பையைக் கிளறிக் கொண்டிருந்தால், உங்களால் ஒருக்காலும் கழுகுகளோடு சேர்ந்து வானில் உயரே பறந்து திரிய முடியாது," என்று ஜிக் ஜிக்லர் கூறியுள்ளதை நினைவில் வைத்துக் கொள்ளுங்கள்.

என் கருத்தரங்கு ஒன்றில் கலந்து கொண்டவர்களில் ஒருவர், விற்பனைத் துறையில் தான் கீழ்மட்டத்திலிருந்து மேல்மட்டத்திற்கு வந்த விதத்தை ஒரு முறை என்னிடம் பகிர்ந்து கொண்டார். அவர் ஓர் இளநிலை விற்பனையாளராக இருந்தபோது, தன்னுடைய சக இளநிலை விற்பனையாளர்களோடு அவர் சுற்றித் திரிந்து கொண்டிருந்தார். அவர்களில் பெரும்பாலானோர், எப்போதும் தங்கள் அலுவலகத்திற்குள்ளேயே வளைய வந்தனர், தாங்கள் என்னவெல்லாம் செய்யவிருந்தோம் என்று பேசிப் பேசியே தங்கள் வேலை நேரம் முழுவதையும் ஓட்டிக் கொண்டிருந்தனர்.

அதே சமயத்தில், உயர்மட்டத்தில் இருந்த விற்பனையாளர்கள் அரிதாகவே தங்கள் நேரத்தை அலுவலகத்தில் கழித்ததை அவர் கண்டார். அவர்கள் எப்போதாவது அலுவலகத்திற்கு வந்தால்கூட, வாடிக்கையாளர்களாக ஆகச் சாத்தியம் இருந்தவர்களோடு தொலைபேசியில் உரையாடுவதிலும் விற்பனை தொடர்பான விளக்கவுரைகளைத் தயாரிப்பதிலும் அவர்கள் தங்கள் நேரத்தைச் செலவிட்டுக் கொண்டிருந்ததை அவர் கவனித்தார். அப்போது அவர் செய்த ஒரு காரியம் அவருடைய தொழில்வாழ்க்கையை அடியோடு மாற்றியது. அவர் நேராக உயர்மட்ட விற்பனையாளர்களில் ஒருவரிடம் சென்று,

நேரத்தைத் திறம்பட நிர்வாகம் செய்வது எப்படி என்று தனக்கு ஆலோசனை வழங்குமாறு கேட்டார்.

இது அந்த உயர்மட்ட விற்பனையாளரை ஆச்சரியப்படுத்தியது. கீழ்மட்டத்தைச் சேர்ந்த இளநிலை விற்பனையாளர்கள் மேல்மட்டத்தில் இருப்பவர்களை அணுகுவது அபூர்வம் என்பதால் அவருக்கு அப்படித் தோன்றியது. ஆனாலும், தினமும் தான் தன் நேரத்தை நிர்வகித்த விதத்தை, தன்னை அணுகிய அந்த இளநிலை விற்பனையாளருக்கு அவர் தெரியப்படுத்தினார். பின் அந்த இளநிலை விற்பனையாளர் அந்த மூத்த விற்பனையாளர் தன் நேரத்தை செலவிட்டதைப்போலவே தன்னுடைய நேரத்தைச் செலவிடத் தொடங்கினார். ஒரே வாரத்தில் தன்னுடைய விற்பனை நடவடிக்கைகளில் குறிப்பிடத்தக்க மாறுதல்கள் விளைந்ததை அவர் கண்டார்.

பின்னர் அவர் வேறு சில உயர்மட்ட விற்பனையாளர்களையும் சந்தித்து, எவற்றைப் படிக்க வேண்டும், விற்பனைக் கருத்தரங்குகளில் எப்படிப் பேச வேண்டும் போன்ற கேள்விகளைக் கேட்டார். உயர்மட்ட விற்பனையாளர்கள் அனைவரும் அவருக்கு உதவிகரமாக இருந்தனர். ஆறு மாதத்திற்குள் அவரும் மேல்மட்ட விற்பனையாளர்களில் ஒருவராக மாறியதில் வியப்பேதும் இல்லை. இப்போது அவர் தன் நிறுவனத்திலுள்ள உயர்மட்ட விற்பனையாளர்களுடன் சுற்றிக் கொண்டிருக்கிறார். எந்தெந்த வழிகளிலெல்லாம் தங்களுடைய விற்பனையை இன்னும் அதிகரித்துக் கொள்ளலாம் என்று அவர்கள் அடிக்கடி ஒன்றுகூடி விவாதிக்கின்றனர். அவர் தொடர்ந்து முன்னேற்றத்தையும் வெற்றியையும் அனுபவித்துக் கொண்டிருக்கிறார்.

உங்கள் துறையில் ஒரு வல்லுனராக ஆகுங்கள்

உங்களுடைய விற்பனைப் பொருளைப் பற்றி கவனமாகப் படியுங்கள். விற்பனைப் பொருளைப் பற்றி உங்கள் நிறுவனம் வெளியிட்டிருக்கும் விபரக் குறிப்புப் புத்தகத்தை முன்னட்டையிலிருந்து பின்னட்டைவரை வரி விடாமல் படியுங்கள். நீங்கள் விற்பனை செய்யும் பொருட்களைப் பற்றிய

போதுமான அறிவை நீங்கள் சேகரித்துக் கொண்டால், ஒரு வாடிக்கையாளரைச் சந்திக்கும்போது, நீங்கள் ஏற்கனவே தயாரித்து வைத்திருக்கும் விளக்கவுரைகளை எடுத்துச் செல்ல நீங்கள் மறந்துவிட்டால்கூட, அவற்றை உங்கள் நினைவிலிருந்து உங்களால் எடுத்துரைக்க முடியும்.

உங்கள் நிறுவனத்தைப் பற்றியும் உங்கள் துறையைப் பற்றியும் படியுங்கள். உங்களுடைய போட்டியாளர்களைப் பற்றி விரிவாகத் தெரிந்து கொள்ளுங்கள். அவர்களுடைய விற்பனைப் பொருளைப் பற்றி அலசி ஆராயுங்கள். அவர்களுடைய விற்பனைப் பொருளைக் காட்டிலும் உங்களுடையது எந்த அளவு மேம்பட்டது என்பதைப் புரிந்து கொள்ளுங்கள். உங்களுடைய விற்பனைப் பொருளைப் பற்றியும், உங்களுடைய போட்டியாளர்களின் விற்பனைப் பொருளைப் பற்றியும், பொதுவாகச் சந்தையைப் பற்றியும் நீங்கள் எவ்வளவு அதிகமாகத் தெரிந்து வைத்திருக்கிறீர்களோ, நீங்கள் அவ்வளவு அதிகத் தன்னம்பிக்கையோடு இருப்பீர்கள், உங்கள் வாடிக்கையாளர்களும் அவ்வளவு அதிகமாக உங்களை மதிப்பர்.

உங்களுடைய வேலையில் தீவிரமான ஈடுபாடு காட்டுங்கள்

ஒரு முழுநேர விற்பனையாளர் என்ற முறையில் நீங்களும் ஒரு தொழில்முறை விற்பன்னர்தான். நீங்கள் உங்கள் தொழிலில் ஓர் உயர்ந்த நிலையை அடையும்போது, மருத்துவர்கள், பொறியாளர்கள், கட்டடக்கலை நிபுணர்கள் போன்ற, கல்லூரிப் படிப்பிற்குப் பல ஆண்டுகளைச் செலவிட்டுள்ள பிற தொழில்முறை விற்பன்னர்கள் அளவுக்கு அல்லது அதைவிட அதிகமாகவே உங்களால் சம்பாதிக்க முடியும்.

தங்கள் துறையில் உயர்மட்டத்தில் இருக்கும் தொழில்முறை விற்பன்னர்கள், தங்களுடைய துறை பற்றிய அனைத்துத் தகவல்களையும் தங்கள் விரல்நுனியில் வைத்துள்ளனர். அவர்கள் தங்கள் வேலையை மிகவும் தீவிரமாக எடுத்துக் கொள்ளுகின்றனர். தங்களுடைய போட்டியாளர்களைவிடத் தாங்கள் மேம்பட்டவர்களாக இருக்கப் போவதாக அவர்கள் உறுதிமொழி எடுத்துக் கொள்ளுகின்றனர். தங்கள் துறையில்

உச்சத்தைத் தொட்டவர்களாகத் தாங்கள் அறியப்பட வேண்டும் என்று அவர்கள் விரும்புகின்றனர். தாங்கள் தங்கள் வேலையை உன்னதமான முறையில் செய்துவர வேண்டும் என்பதில் அவர்கள் குறியாக இருக்கின்றனர். அதோடு, அவர்கள் தொடர்ந்து தங்களை மேம்படுத்திக் கொண்டே இருக்கின்றனர். நீங்களும் அதையே செய்ய வேண்டும்.

செய்முறைப் பயிற்சிகள்

1. உங்கள் வாழ்நாள் முழுவதும் தனிப்பட்ட வளர்ச்சியின்மீது நீங்கள் கவனம் செலுத்தப் போவதாக உறுதியெடுத்துக் கொள்ளுங்கள். இன்றிலிருந்து உங்கள் தொழில்வாழ்க்கை முழுவதும், விற்பனைத் துறை தொடர்பான புத்தகங்களை வாங்கி, அவற்றிலிருந்து தினமும் குறைந்தபட்சம் ஓர் அத்தியாயத்தையாவது படியுங்கள்.
2. "நான் என்னை நேசிக்கிறேன், என் வேலையை வணங்குகிறேன்," என்று உங்களுக்கு நீங்களே கூறிக் கொள்ளுங்கள். காலையில் எழுந்தவுடன் இதைக் கூறுங்கள். நாள் முழுவதும் அவ்வப்போது இதைக் கூறிக் கொண்டிருங்கள். குறிப்பாக, எதிர்பாராத முட்டுக்கட்டைகள் ஏதாவது ஏற்படும்போதோ அல்லது நீங்கள் ஏதேனும் ஏமாற்றத்தைச் சந்திக்கும்போதோ இதைக் கூறுங்கள்.

அத்தியாயம் மூன்று

தனிப்பட்ட நிர்வாகத் திறமை: அக விளையாட்டு

நீங்கள் உங்கள் துறையில் உயர்மட்டத்திலிருக்கும் மக்களோடு சேர்ந்து கொள்ள விரும்பினால், எல்லா விஷயங்களும் உங்களுக்குச் சாதகமாகப் போய்க் கொண்டிருக்க வேண்டும். மற்ற பிற துறைகளைப்போலவே விற்பனைத் துறையும் முன்பு எப்போதும் இருந்ததைவிடப் பல மடங்கு அதிகமான போட்டி நிலவும் ஒரு துறையாக மாறியுள்ளது. இப்போட்டியில் வெற்றி பெறுவது உங்கள் இலக்காக இருக்க வேண்டும்.

வெற்றியை விளக்குவதில் எனக்குப் பிடித்தமான வார்த்தை 'தெளிவு' என்பதாகும். நீங்கள் முயற்சி செய்யும் எதிலும் நீங்கள் வெற்றி பெற வேண்டும் என்றால், அதில் தெளிவுக்கு *95* சதவீதப் பங்கு இருக்கிறது என்பது என்னுடைய கணிப்பு. இது உங்களுடைய தனிப்பட்ட வாழ்க்கை, தொழில்வாழ்க்கை ஆகிய இரண்டுக்குமே பொருந்தும்.

ஒருசிலர் மட்டும் மற்றவர்களைவிடப் பெரிய வெற்றியாளர்களாக இருப்பதற்குக் காரணம், தாங்கள் யார்,

தங்களுக்கு என்ன வேண்டும், அதை அடைவதற்குத் துல்லியமாகத் தாங்கள் என்ன செய்ய வேண்டும் ஆகியவை குறித்து அவர்கள் தெள்ளத் தெளிவாக அறிந்திருப்பதுதான். ஒரு விஷயத்தைப் பற்றித் தொடர்ந்து சிந்திப்பதன் மூலமாகத்தான் அது குறித்தத் தெளிவைப் பெற முடியும். “சிந்திப்பதுதான் உலகிலேயே மிகக் கடினமானது. அதனால்தான் பெரும்பாலானோர் அதை ஒருபோதும் செய்வதே இல்லை,” என்று தாமஸ் ஆல்வா எடிசன் கூறியுள்ளார்.

உங்களுக்கென்று பெரிய இலக்குகளை நிர்ணயித்துக் கொள்ளுங்கள்

உங்களுடைய மாதாந்திர மற்றும் வருடாந்திர வருவாய் பற்றிய ஒரு தெளிவான இலக்கை நிர்ணயித்துக் கொள்ளுவதிலிருந்து துவக்குங்கள். நீங்கள் ஒவ்வொரு மாதமும் எவ்வளவு வருவாய் ஈட்ட விரும்புகிறீர்கள்? ஒவ்வொரு வருடமும் எவ்வளவு வருவாய் ஈட்ட விரும்புகிறீர்கள்? இவைதான் உங்களுடைய இலக்காக இருக்க வேண்டும். நீங்கள் செய்யும் அனைத்துச் செயல்களும் இந்த இலக்கை அடைவதை நோக்கியும் இதைத் தாண்டிச் செல்லுவதை நோக்கியும் இருக்க வேண்டும்.

என்னிடம் பயிற்சி எடுத்துக் கொண்ட ஒரு விற்பனையாளர் ஏற்கனவே ஓரளவு வெற்றிகரமாக இருந்தார். ஆனாலும், மறு ஆண்டுக்குள் தன்னுடைய வருவாயை இரட்டிப்பாக்கிக் கொள்ள அவர் ஓர் இலக்கை நிர்ணயித்தார். அதை அடைவதற்குத் தான் செய்யக்கூடிய அனைத்து விஷயங்களையும் அவர் ஆராயத் தொடங்கினார். அவர் செய்து கொண்டிருந்த ஒவ்வொரு விற்பனையின் அளவையும் இரட்டிப்பாக்குவது அதை அடைவதற்கான எளிய வழி என்று அவருடைய நண்பர் ஒருவர் அவருக்கு அறிவுறுத்தினார்.

இந்த யோசனை அவருக்கு ஒருபோதும் தோன்றியிருக்கவில்லை. எப்படிப்பட்ட வாடிக்கையாளர்கள் தான் விற்பனை செய்த பொருட்களை அதிக எண்ணிக்கையில் வாங்கிக் கொண்டிருந்தனர் என்பதை அவர் ஆராய்ந்தார். அதன்படி அவர் தன் விற்பனை முறையை மாற்றியமைத்தார். அந்த ஆண்டின்

முடிவில் அவர் அதிக எண்ணிக்கையில் விற்பனை செய்து கொண்டிருந்தார், அடிக்கடிப் பெரிய வாடிக்கையாளர்களிடம் அதிகமான அளவு விற்பனை செய்து கொண்டிருந்தார். அதன் காரணமாக அவருடைய சராசரி விற்பனை இருமடங்கானது. அவர் இப்போதும் தினமும் அதே அளவு நேரம்தான் வேலை செய்கிறார். அவருடைய வாடிக்கையாளர்களின் எண்ணிக்கையும் கிட்டத்தட்ட அதே அளவுதான் இருக்கிறது. ஆனால், அவருடைய விற்பனை மட்டும் இரட்டிப்பாகியுள்ளது.

உங்களுடைய விகிதாச்சாரங்களை அறிந்து கொள்ளுங்கள்

நீங்கள் எவ்வளவு விற்பனை செய்ய விரும்புகிறீர்கள், எவ்வளவு வருவாயைப் பெற விரும்புகிறீர்கள் என்பதை நீங்கள் முடிவு செய்துவிட்டால், அடுத்ததாக அவற்றை அடையத் தேவையான துல்லியமான விற்பனை நடவடிக்கைகளை நீங்கள் தீர்மானிக்க வேண்டும்.

இதை நினைவில் வைத்துக் கொள்ளுங்கள்: நீங்கள் எங்கே, எப்போது தனிப்பட்ட விற்பனையை மேற்கொள்ளுகிறீர்கள் என்பது உங்களுடைய கட்டுப்பாட்டில் இல்லை. ஆனால் உங்களுடைய செயல்நடவடிக்கைகள் எப்போதும் உங்களுடைய முழுமையான கட்டுப்பாட்டில்தான் இருக்கின்றன. அவற்றைக் கட்டுப்படுத்துவதன் மூலம் உங்களால் உங்களுடைய விற்பனை விளைவுகளைக் கட்டுப்படுத்த முடியும்.

வெற்றிகரமான விற்பனைக்குத் தேவையான மூன்று அடிப்படை விஷயங்கள் இவைதாம்: விற்பனைக்கான வாய்ப்பை உருவாக்கிக் கொள்ளுதல், விற்பனைப் பொருள் குறித்து விளக்கமளித்தல், மற்றும் விற்பனையை வெற்றிகரமாக முடித்தல்.

நீங்கள் உங்களுடைய விற்பனை இலக்கை அடைய, வாடிக்கையாளர்களாக ஆக வாய்ப்புள்ளவர்கள் எத்தனைப் பேரை தினமும் புதிதாக நீங்கள் சந்திக்க வேண்டியிருக்கும் என்பதைத் தீர்மானியுங்கள். ஒரு தொழில்முறைரீதியான விற்பனையாளர் என்ற முறையில் நீங்கள் மேற்கொள்ள வேண்டிய முதல் நடவடிக்கை, தினமும் எத்தனைப் பேரை நீங்கள்

சந்திக்கிறீர்கள் என்பது குறித்த விபரங்களைத் துல்லியமாகவும் எழுத்துபூர்வமாகவும் தொகுத்து வைப்பதுதான்.

நீங்கள் தொலைபேசியில் தொடர்பு கொள்ளும் நபர்களில் எத்தனைப் பேரை நீங்கள் நேரடியாகச் சந்திக்கிறீர்கள், எத்தனைப் பேரிடம் உங்களுடைய விற்பனைப் பொருட்கள் குறித்து விளக்குகிறீர்கள் என்பதைப் பாருங்கள். எடுத்துக்காட்டாக, நீங்கள் இருபது புதிய நபர்களைத் தொடர்பு கொண்டால், அதில் ஐந்து பேர்தான் உங்களை நேரில் சந்திக்க ஒப்புக் கொள்ளுகிறார்கள் என்பதை நீங்கள் காணக்கூடும்.

விற்பனையின் அடுத்தக் கட்டம் அந்த நபர்களை மேலும் தொடர்பு கொண்டு அவர்களிடம் விற்பனை செய்வதுதான். முன்பு கூறியபடி, நீங்கள் இருபது பேரை அழைத்து அதில் ஐந்து பேர் உங்களை நேரில் சந்திக்க ஒப்புக் கொள்ளுவதாக வைத்துக் கொள்ளுவோம். நீங்கள் அந்த ஐந்து பேரையும் நேரில் சந்தித்து உங்களுடைய விற்பனைப் பொருளைப் பற்றி அவர்களிடம் விரிவாக விளக்குகிறீர்கள். அவர்களில் இரண்டு பேர் உங்கள் பொருள்மீது ஆர்வம் காட்டுகின்றனர், உங்களை மீண்டும் சந்திக்க ஒப்புக் கொள்ளுகின்றனர். அந்த இரண்டு பேரில் ஒருவர் உங்களுடைய பொருளை வாங்குவார். இது ஒரு பொதுவான சராசரி.

இப்போது உங்களுடைய விகிதாச்சாரம் என்ன என்பது உங்களுக்குத் தெரிய வந்திருக்கும். *20:5:2:1* என்பதுதான் அந்த விகிதம். அதாவது, நீங்கள் இருபது பேரைத் தொடர்பு கொண்டால்தான் குறைந்தபட்சம் ஒருவரிடமாவது விற்க முடியும்.

அடுத்து, உங்கள் விற்பனையின் சராசரி அளவையும் அதன் மூலம் உங்களுக்குக் கிடைக்கும் கமிஷனையும் கணக்கிடுங்கள். இவற்றை வைத்துக் கொண்டு உங்களுடைய வருடாந்திர விற்பனை இலக்கையும் வருவாய் இலக்கையும் உங்களால் எளிதாக நிர்ணயித்துக் கொள்ள முடியும்.

இந்த விற்பனை முறையை நீங்கள் தொடர்ந்து கடைபிடிக்க வேண்டும். தொடர்ந்து புதிய நபர்களை நீங்கள் தொடர்பு கொள்ள வேண்டும். அதற்கடுத்து, விற்பனை வாய்ப்பை உருவாக்கிக் கொள்ளுதல், விற்பனைப் பொருள் குறித்து விளக்கமளித்தல், விற்பனையை வெற்றிகரமாக முடித்தல்

ஆகிய மூன்று முக்கியமான விஷயங்களிலும் தொடர்ந்து மேம்பாடு அடைவதன்மீது நீங்கள் கவனம் செலுத்த வேண்டும். வாடிக்கையாளர்களாக ஆவதற்கு அதிக வாய்ப்புள்ளவர்களை நீங்கள் தொடர்பு கொள்ள வேண்டும், சிறப்பாகப் பலனளிக்கும் விளக்கவுரைகளை அவர்கள்முன் நிகழ்த்த வேண்டும். பின் அவற்றில் அதிகமானவற்றை வெற்றிகரமான விற்பனையாக மாற்ற வேண்டும். ஒவ்வொரு பகுதியிலும் நீங்கள் உங்களுடைய விகிதாச்சாரத்தை மேம்படுத்த வேண்டும்.

உங்களுடைய முன்னுரிமைகளைத் திட்டமிடுங்கள்

தனிப்பட்ட நிர்வாகம் என்பது நீங்கள் உங்களுடைய முன்னுரிமைகளைத் தீர்மானித்து அவற்றை எவ்வளவு ஒழுங்காகக் கடைபிடித்து வருகிறீர்கள் என்பதைப் பொருத்தது. நான் ஏற்கனவே விளக்கியிருக்கும் 80/20 விதியைப் பயன்படுத்துங்கள். உங்கள் நேரத்தை மதிப்புமிக்க விதத்தில் செலவிடுவதில் உங்கள் கவனத்தைக் குவியுங்கள்.

தனிப்பட்ட வெற்றியில் தெளிவு என்பது முதல் வார்த்தை என்றால், கவனக்குவிப்பு என்பது இரண்டாவது வார்த்தை. மேற்கொள்ளப்படும் நடவடிக்கைகளின் எண்ணிக்கையின்மீது கவனம் செலுத்துவதற்கு பதிலாக, அவை ஏற்படுத்தும் விளைவுகள்மீது உங்கள் கவனத்தைக் குவியுங்கள். நீங்கள் ஏற்படுத்த விரும்பும் விளைவுகளின்மீது, குறிப்பாக முக்கியமான விளைவுகளின்மீது, உங்கள் கவனத்தை ஒருமுகப்படுத்துங்கள்.

துரிதமாக நடவடிக்கை எடுக்கும் மனப்போக்கை வளர்த்துக் கொள்ளுங்கள். துரிதமாக நடவடிக்கை எடுப்பது என்பது வணிகத்தில், இன்னும் சொல்லப் போனால், எல்லாத் துறைகளிலும் அரிதாகி வருகிறது. உயர்மட்டத்திலிருக்கும் விற்பனையாளர்களிடம் இந்தத் துரித நடவடிக்கை உணர்வு இருக்கும். உங்களுக்கு ஒரு யோசனை தோன்றினாலோ அல்லது ஒரு வாய்ப்புக் கிடைத்தாலோ, உடனடியாகச் செயலில் இறங்குங்கள். சில சமயங்களில் சில நிமிடத் தாமதங்கள்கூட ஒரு பெரிய விற்பனை இழக்கப்படுவதற்கான காரணமாக ஆகிவிடும்.

"என்னை ஏன் ஒரு நிறுவனம் வேலைக்கு வைத்திருக்கிறது?" என்ற கேள்வியை உங்களை நீங்களே தொடர்ந்து கேட்டு வாருங்கள்.

விற்பனை செய்வதற்காகத்தான் உங்களை உங்கள் நிறுவனம் வேலைக்கு அமர்த்தியுள்ளது. விற்பனை வாய்ப்பை உருவாக்கிக் கொள்ளுதல், விற்பனைப் பொருள் குறித்து விளக்கமளித்தல், விற்பனையை வெற்றிகரமாக முடித்தல் ஆகியவைதான் உங்களுடைய வேலை. தினமும் காலையிலும் நண்பகலிலும் மாலையிலும் விற்பனை நடவடிக்கைகளை மேற்கொள்ளுவது தொடர்பானது அது. "நான் இக்கணத்தில் செய்து கொண்டிருப்பவை ஒரு விற்பனைக்கு இட்டுச் செல்லுமா?" என்ற மாயாஜாலக் கேள்வியைத் தொடர்ந்து உங்களை நீங்களே கேட்டுக் கொண்டிருங்கள்.

நீங்கள் இக்கணத்தில் செய்து கொண்டிருப்பவை ஒரு விற்பனைக்கு இட்டுச் செல்லப் போவதில்லை என்றால், அவற்றை உடனடியாக நிறுத்திவிட்டு, விற்பனைக்கு இட்டுச் செல்லக்கூடிய நடவடிக்கைகள்மீது கவனம் செலுத்துங்கள். உங்களுடைய 'சொந்த விற்பனை சாம்ராஜ்யத்தில்' நீங்கள்தான் சக்கரவர்த்தி!

உங்களுடைய தொழில்வாழ்க்கைக்கு நீங்கள்தான் முழுப் பொறுப்பு. நீங்கள் சாதிக்கிறீர்களா இல்லையா என்பதற்கு நீங்கள் மட்டும்தான் பொறுப்பு. வெறும் வாய்ச்சவடால் அடித்துக் கொண்டு, செயல்நடவடிக்கைகள் எதிலும் ஈடுபடாமல் இருக்கும் ஒரு நபராக நீங்கள் ஆகிவிடாமல் பார்த்துக் கொள்ளுங்கள்.

செய்முறைப் பயிற்சிகள்

1. *உங்களுடைய விற்பனை நடவடிக்கைகள் குறித்தத் துல்லியமான விபரங்களை எழுத்துபூர்வமாகக் குறித்து வைத்துக் கொள்ள உறுதி பூணுங்கள். ஒவ்வொரு நாளும் நீங்கள் எத்தனைத் தொலைபேசி அழைப்புகளை விடுக்கிறீர்கள்? ஒவ்வொரு நாளும் எத்தனை வாடிக்கையாளர்களைச் சந்திக்கிறீர்கள்? ஒவ்வொரு நாளும் அல்லது ஒவ்வொரு வாரமும் எத்தனை விற்பனைகளை மேற்கொள்ளுகிறீர்கள்? ஒரு விற்பனையிலிருந்து நீங்கள் எவ்வளவு பணம் சம்பாதிக்கிறீர்கள்?*

2. உங்கள் வேலையில் முன்னுரிமைகளை நிர்ணயித்துக் கொள்ளுங்கள். "இக்கணத்தை நான் எந்த விதத்தில் பயன்படுத்தினால் அது அதிகப் பயனுள்ளதாக இருக்கும்?" என்ற கேள்வியை எப்போதும் உங்களை நீங்களே கேட்டுக் கொள்ளுங்கள்.

அத்தியாயம் நான்கு

தனிப்பட்ட நிர்வாகத் திறமை: புற விளையாட்டு

ஒவ்வொரு துறையிலும் மிகவும் அதிகமான வருவாய் ஈட்டும் விற்பனையாளர்கள் சில குறிப்பிட்டப் பழக்கங்களைத் தங்களிடம் வளர்த்துக் கொள்ளுகின்றனர், சில குறிப்பிட்டச் சம்பிரதாயங்களைக் கடைபிடிக்கின்றனர், சில குறிப்பிட்டச் செயல்நடவடிக்கைகளில் ஈடுபடுகின்றனர். வெற்றியாளர்கள் கடைபிடித்து வரும் விஷயங்களை நீங்களும் கடைபிடித்து வந்தால், வெகு விரைவில் உங்களாலும் அதே விளைவுகளையும் வெகுமதிகளையும் பெற முடியும் என்பது வாழ்க்கையின் ஒரு முக்கியமான விதி.

அந்தந்தத் துறைகளில் கொடிகட்டிப் பறப்பவர்களின் நடவடிக்கைகளைக் கற்றுக் கொண்டு அவற்றை நடைமுறையில் கடைபிடிக்க முயற்சிப்பதில் இருந்துதான் வெற்றிக்கான அடிப்படை ஆரம்பமாகிறது. இந்த அறிவுரை, விளையாட்டுத் துறை, இசைத் துறை போன்ற அனைத்துத் துறைகளுக்கும்

பொருந்தும் என்றாலும், குறிப்பாக விற்பனை மற்றும் வணிகத் துறைகளுக்கு மிகவும் பொருந்தும். அடிப்படைகளை நீங்கள் உங்கள் வசமாக்கிக் கொண்டு, உயர்ந்த அளவில் தனிப்பட்ட வெற்றியையும் பொருளாதார வெற்றியையும் அடைந்த பிறகு, நீங்கள் உங்களுடைய சொந்த உத்திகளையும் வியூகங்களையும் உருவாக்கி வளர்த்துக் கொள்ளலாம். ஆனால் முதலில், உங்கள் துறையில் உயர்மட்டத்தில் இருப்பவர்கள் என்ன செய்கிறார்கள் என்பதைத் தெரிந்து கொண்டு அவற்றை நீங்கள் உங்கள் வாழ்வில் கடைபிடிக்க வேண்டும்.

வைகறைப் பறவையாக இருங்கள்

அதிகாலையில் துயிலெழுந்து விரைவாகக் காரியங்களைச் செய்து முடிக்கப் பழகுங்கள். மிக அதிகமாக வருவாய் ஈட்டும் அமெரிக்கர்களைப் பற்றிச் சமீபத்தில் ஓர் ஆய்வு மேற்கொள்ளப்பட்டது. ஒருசிலரைத் தவிர மற்றவர்கள் அனைவரும் காலை ஆறு மணிக்கு முன்பே எழுந்திருக்கும் பழக்கம் கொண்டவர்கள் என்பது அதிலிருந்து தெரிய வந்தது. உடற்பயிற்சி செய்வது, தியானம் செய்வது, ஊக்குவிக்கின்ற அல்லது பயனுள்ள ஒன்றைப் படிப்பது, சிறப்பாக உடையணிவது, அன்றைய தினத்தைப் பற்றி எழுத்துபூர்வமாகத் திட்டமிடுவது போன்ற தினசரிப் பழக்கங்களை அவர்கள் உருவாக்கி வைத்திருந்தனர். அவர்கள் அவற்றை முடித்துக் கொண்டு சீக்கிரமே தங்கள் வேலையைத் துவக்கவும் செய்தனர்.

காலை எட்டு மணிக்கு அல்லது அதற்கு முன்பு உங்களுடைய முதல் சந்திப்பை ஏற்பாடு செய்து கொள்ளுவது ஒரு நல்ல ஒழுங்காகும். உயர்மட்டத்தில் இருக்கும் பல விற்பனையாளர்கள், வாடிக்கையாளர்களாக ஆக வாய்ப்பிருக்கும் நபர்களை, அவர்களுடைய அலுவலகத்திற்கு அருகிலுள்ள உணவகம் ஒன்றில் காலை உணவு அல்லது காபி அருந்திக் கொண்டே சந்திப்பதை வழக்கமாகக் கொண்டிருக்கின்றனர். காலை உணவிற்கு வெகுசிலரே அழைக்கப்படுவதால் பெரும்பாலானோர் அப்படிப்பட்ட அழைப்பை மறுக்காமல் ஏற்றுக் கொள்ளுகின்றனர். காலையில் ஒரு விற்பனையாளரும்

ஒரு வாடிக்கையாளரும் சேர்ந்து செலவிடும் இந்த அறுபது நிமிடங்கள், அனேக நேரங்களில் அவர்களுக்கு இடையேயான நீண்டகால வணிக உறவுக்கு வழி வகுக்கின்றன.

நீங்கள் எப்போது வேலை செய்கிறீர்கள்?

சராசரி விற்பனையாளர்கள் ஒரு நாளைக்கு ஏறத்தாழ ஒன்றரை மணிநேரம் மட்டுமே வேலை செய்வதாக 1928லிருந்து நடத்தப்பட்டு வந்துள்ள பல ஆய்வுகள் தெரிவிக்கின்றன. மீதி நேரம் முழுவதையும் தங்களைத் தயார்படுத்திக் கொள்ளுவதற்கும், சக ஊழியர்களோடு அரட்டை அடிப்பதற்கும், உங்களுடைய மின்னஞ்சல்களைப் பார்ப்பதற்கும், பத்திரிகைகளைப் படிப்பதற்கும், காபி அருந்துவதற்கும் அவர்கள் செலவிடுகின்றனர்.

வாடிக்கையாளர்களை நேரில் சந்தித்துப் பேசும் நேரத்தை அதிகரித்துக் கொள்ளுங்கள்

வாடிக்கையாளர்களாக ஆக வாய்ப்புள்ளவர்களை நேரில் சந்திக்கும்போதுதான் நீங்கள் உண்மையிலேயே வேலை செய்கிறீர்கள். ஒரு விற்பனையை முடிப்பதற்கு அப்போதுதான் உங்களுக்கு ஒரு வாய்ப்புக் கிடைக்கிறது. உங்களை வேலையே விற்பனை செய்வது என்று இருக்கும்போது நீங்கள் வாடிக்கையாளர்களுடன் செலவிடாத நேரம் எல்லாம் நீங்கள் வேலை செய்யாமல் இருக்கும் நேரமாகத்தான் எடுத்துக் கொள்ளப்பட வேண்டும்.

நீங்கள் உங்கள் வருவாயை இருமடங்காக ஆக்கிக் கொள்ள விரும்புகிறீர்களா? அது மிகவும் எளிது. உங்களுடைய வாடிக்கையாளர்கள் மற்றும் வாடிக்கையாளர்களாக ஆக வாய்ப்புள்ளவர்களுடன் நீங்கள் நேருக்கு நேர் செலவிடும் நேரத்தை இரட்டிப்பாக ஆக்கிக் கொள்ளுங்கள். உங்களுடைய நேர நிர்வாகத் திறமையைப் பயன்படுத்தி, உங்கள் பொருளை வாங்கவிருக்கும் நபர்களோடு அதிக நேரத்தைச் செலவிடுங்கள். நீங்கள் உங்கள் வாடிக்கையாளர்களோடு செலவிடும் நேரத்தை இரட்டிப்பாக்கினால், சராசரிகள் விதிப்படி, உங்களுடைய

விற்பனை இரண்டு மடங்கு பெருகும், உங்களுடைய வருவாய் இரண்டு மடங்கு உயரும்.

அதிகமான பொருட்களை விற்பனை செய்யுங்கள்

விற்பனையாளர்களுக்கான என்னுடைய கருத்தரங்குகளில் நான் அவர்களிடம், "நீங்கள் காலையில் ஏன் எழுந்திருக்கிறீர்கள்?" என்று கேட்பதுண்டு.

அவர்கள் சிறிது நேரம் யோசித்துவிட்டு, வேலைக்குச் செல்லுவதற்காகவும் வருவாய் ஈட்டுவதற்காகவும்தான் தாங்கள் காலையில் எழுந்திருப்பதாக பதிலளிப்பார்கள். ஆனால், அதிகப் பணம் சம்பாதிப்பதற்காகவே நீங்கள் தினமும் காலையில் படுக்கையைவிட்டு எழுந்து வேலைக்குச் செல்லுகிறீர்கள்.

விற்பனையுலகிலோ அல்லது வியாபார உலகிலோ எப்படி அதிகப் பணம் சம்பாதிப்பது? விற்பனைப் பொருட்களை அதிக எண்ணிக்கையில் விற்பதன் மூலமாகத்தான்.

'பொருட்களை அதிக எண்ணிக்கையில் விற்பனை செய்வதன் மூலம் அதிகமாகப் பணம் ஈட்டுவதுதான்' உங்கள் வேலை. இந்த வரையறைப்படி, நீங்கள் அதிக எண்ணிக்கையில் விற்றுக் கொண்டிருக்கும்போது மட்டுமே நீங்கள் வேலை செய்து கொண்டிருக்கிறீர்கள் என்று அர்த்தம். அதிகமாக விற்பதற்குத் தேவையான மூன்று நடவடிக்கைகள் எவை? வாடிக்கையாளர்களாக ஆவதற்கு வாய்ப்புள்ளவர்களைச் சந்தித்தல், உங்கள் விற்பனைப் பொருட்களைப் பற்றிய விளக்கவுரைகளை அவர்களுக்கு வழங்குதல், அவர்களிடம் விற்பனையை முடித்தல் ஆகியவைதான் அந்த மூன்று நடவடிக்கைகள் .

எனவே, மேற்கூறப்பட்ட மூன்று நடவடிக்கைகளிலும் நீங்கள் ஈடுபட்டுக் கொண்டிருக்கும்போது மட்டுமே நீங்கள் வேலை செய்து கொண்டிருக்கிறீர்கள். மக்களை நேரடியாகச் சந்தித்து, அவர்களிடம் வெற்றிகரமான விற்பனையை மேற்கொள்ளும்போது மட்டுமே நீங்கள் வேலை செய்து கொண்டிருக்கிறீர்கள். உங்கள் வேலை நேரத்தில் நீங்கள் செய்து கொண்டிருக்கின்ற வேறு எந்தவொரு விஷயமும் வெறும் நேர விரயம் மட்டுமே. எனவே,

முக்கியத்துவமற்ற அந்த விஷயங்களை மிக மிகக் குறைவாகவே செய்யுங்கள்.

ஒவ்வொரு நிமிடத்தையும் அர்த்தமுள்ளதாக ஆக்கிக் கொள்ளுங்கள்

விற்பனைத் துறை உட்பட ஒவ்வொரு துறையிலும் உயர்ந்த நிலைகளில் உள்ளவர்கள் தங்கள் நேரத்தைப் பயன்படுத்தும்போது, நிமிடங்களின் அடிப்படையில் சிந்திக்கின்றனரே அன்றி மணிக்கணக்கில் அல்ல. ஆனால், குறைவான வருவாய் ஈட்டுகின்ற, வெற்றியை இன்னும் சுவைத்திராத மக்கள் மணிக்கணக்கின் அடிப்படையிலும் வாரக்கணக்கின் அடிப்படையிலுமே சிந்திக்கின்றனர்.

ஒவ்வொரு நிமிடமும் பொன்னானது என்பதை நினைவில் கொள்ளுங்கள். குறிப்பாக, வாடிக்கையாளர்களை நீங்கள் சந்தித்துப் பேசும்போது, அவர்களோடு நீங்கள் செலவிடுகின்ற ஒவ்வொரு நிமிடமும் மிகுந்த விலைமதிப்புக் கொண்டதாக இருக்கிறது. நீங்கள் உங்கள் நிமிடங்களைச் சரிவர நிர்வகிக்கும்போது, மற்ற நேரம் முழுவதும் தானாகவே உங்கள் கட்டுப்பாட்டிற்குள் வந்துவிடும்.

உங்கள் ஆற்றலை ஒருமுகப்படுத்துங்கள்

விற்பனையில் வெற்றிக்குக் காரணமான முதல் வார்த்தை 'தெளிவு.' இரண்டாவது வார்த்தை, 'ஒருமித்த கவனம்.' நீங்கள் என்ன செய்ய முயற்சித்துக் கொண்டிருக்கிறீர்கள் என்பது குறித்து மிகத் தெளிவாக இருங்கள். அந்த ஒரு விஷயத்தின்மீது உங்கள் கவனம் முழுவதையும் ஒன்றுகுவித்து, அது முழுமையாகச் செய்து முடிக்கப்படும்வரை வேறு எதன்மீதும் உங்கள் கவனத்தைச் சிதறவிடாதீர்கள். தெளிவு பெறுதல், ஒருமித்த கவனம் செலுத்துதல் ஆகிய இரண்டு பண்புகளையும் நீங்கள் உங்களுடைய பழக்கங்களாக உருவாக்கிக் கொள்ளும்போது, பலர் ஐந்து அல்லது பத்து வருடங்களில் சாதிக்கக்கூடிய விஷயங்களை நீங்கள் ஓராண்டுக்குள் சாதித்துவிடுவீர்கள்.

கவனச்சிதறல்களுக்கு இடம் கொடுக்காதீர்கள்

இன்று பெரும்பாலான மக்கள் கவனச்சிதறல்களால் பெரும் அவதிக்கு ஆளாகின்றனர். தங்கள் ஸ்மார்ட்போன்கள், டேப்லெட்டுகள், மின்னஞ்சல் செய்திகள், தொலைபேசி அழைப்புகள் போன்றவற்றிலேயே அவர்கள் மூழ்கிக் கிடப்பதால், விற்பனையின்மீது கவனம் செலுத்த முடியாதபடி அவை அவர்களுடைய கவனத்தைச் சிதறடிக்கின்றன. சமூக ஊடகங்களும் இன்னும் பிற விஷயங்களும்கூட உங்களைத் தொடர்ந்து தடம்புரளச் செய்து கொண்டிருக்கின்றன.

இன்றைய உயர்தொழில்நுட்ப உலகில், வெற்றிக்கான ஓர் எளிய சூத்திரம் உள்ளது. 'எல்லா உபகரணங்களையும் அணைத்து வைத்தல்' என்பதுதான் அது. உங்கள் ஸ்மார்ட்போனை 'சைலன்ட்' மோடில் வையுங்கள். காலையில் எழுந்தவுடன் முதல் வேலையாக மின்னஞ்சல்களைத் திறக்காதீர்கள். நாளொன்றுக்கு இரண்டு முறை மட்டுமே அவற்றைத் திறந்து படியுங்கள். தொழில்நுட்பம் உங்கள் வாழ்க்கையைக் கட்டுப்படுத்தவும் உங்கள் எதிர்காலத்தைச் சீரழிக்கவும் அனுமதிக்காதீர்கள். தொழில்நுட்பக் கருவிகளைத் தகவல் பரிமாற்றத்திற்காக மட்டும் பயன்படுத்திவிட்டு, அவற்றை அணைத்து வைத்துவிடுங்கள்.

உங்களிடமிருந்து எதிர்பார்க்கப்படுவதைவிட அதிகமாகப் பங்களியுங்கள்

தினமும், உங்களிடமிருந்து எதிர்பார்க்கப்படுவதைவிட அதிகமானவற்றைச் செய்யுங்கள். நீங்கள் உங்களிடமிருந்து எதிர்ப்பார்ப்பதைவிடவும் அதிகமாகப் பங்களியுங்கள். உங்கள் நிறுவனத்திற்கு உள்ளேயும் வெளியேயும் உள்ள உங்களுடைய போட்டியாளர்களைவிட அதிகக் கடினமாக உழையுங்கள். கடின உழைப்பையும் அதிகப் பங்களிப்பையும் உள்ளடக்கிய பாதையில் போக்குவரத்து நெரிசல் ஒருபோதும் இருப்பதில்லை.

நீங்கள் ஒரு விற்பனையை முடிக்க முடியாத ஒரு நிலையில் உள்ளபோதுகூட இரண்டாவது முயற்சி ஒன்றை மேற்கொள்ளுங்கள். நாளின் முடிவில் நீங்கள் களைத்தும்

அலுத்தும் போயிருக்கும்போது, இரண்டாவதாக இன்னும் ஒரே ஒரு முறை முயற்சி செய்து பாருங்கள். பல சமயங்களில், அந்தக் கூடுதல் விற்பனை முயற்சியோ, கூடுதல் தொலைபேசி அழைப்போ, அல்லது உங்கள் வாடிக்கையாளர்களிடம் கூடுதலாக ஒரு கேள்வியோ உங்களுடைய ஒட்டுமொத்த விற்பனைச் சூழ்நிலையையும் தலைகீழாக மாற்றக்கூடும்.

வாடிக்கையாளர்களாக ஆவதற்குச் சாத்தியமுள்ள ஏராளமான நபர்களைச் சந்தித்து, நாளின் முடிவில் எதுவும் கைகூடாமல் நீங்கள் முற்றிலுமாக நம்பிக்கை இழந்து போயுள்ள நிலையில், மீண்டும் ஒரு முறை முயற்சி செய்து பார்க்கும்போது நீங்கள் எதிர்பாராத விதத்தில் உங்கள் விற்பனை நிகழுவதை நீங்கள் காணுவீர்கள். ஒரு விற்பனையாளனாக என் அனுபவத்தில் நான் கண்டுகொண்ட உண்மை இது.

உங்கள் உடல்நலனைப் பாதுகாத்துக் கொள்ளுங்கள்

நீங்கள் உங்கள் விற்பனைத் தொழிலில் வெற்றி பெற விரும்பினால், உங்கள் உடல்நலனை கவனமாகப் பார்த்துக் கொள்ள வேண்டும். உங்களுக்கு வலிமையையும் ஆற்றலையும் கொடுக்கக்கூடிய சரியான உணவை உட்கொள்ளுங்கள். உப்பு, சர்க்கரை, மைதா ஆகிய மூன்று வெள்ளை நச்சுக்களை முற்றிலுமாகத் தவிர்த்துவிடுங்கள். இவை மூன்றும் உங்கள் ஆற்றலை உங்களிடமிருந்து பறித்துக் கொண்டு, உங்கள் உற்சாகத்தைக் குன்றச் செய்து, நீங்கள் வெற்றிகரமாக விற்பனை செய்வதற்கான உங்கள் திறனை மழுங்கடித்துவிடும். மாறாக, புரதச்சத்து அதிகமாக உள்ள உணவை உட்கொள்ளுங்கள். அத்தகைய உணவு உங்கள் தசைகளுக்கும் உங்கள் மூளைக்கும் ஊட்டமளித்து, நீங்கள் உயர்ந்த செயற்திறனோடு செயல்பட உங்களுக்கு உதவும்.

உங்கள் புறத்தோற்றத்தின்மீது கவனம் செலுத்துங்கள்

உங்கள் புறத்தோற்றம் மிகவும் முக்கியம். ஒரு வெற்றியாளரைப்போலத் தோன்றுங்கள். உங்கள் நடையும் உடையும் பாவனையும் உங்களை ஒரு வெற்றியாளராகப் பிரதிபலிக்க

வேண்டும். ஒருவரை முதன்முதலாக நீங்கள் சந்திக்கின்றபோது, அவர் உங்களைப் பற்றித் தன் மனத்தில் உருவாக்கிக் கொள்ளுகின்ற அபிப்பிராயத்தை உங்கள் ஆடைகள்தான் 95 சதவீதம் தீர்மானிக்கின்றன. ஏனெனில், உங்கள் ஆடைகள்தான் உங்கள் 95 உடலைப் போர்த்தியுள்ளன. நீங்கள் தன்னம்பிக்கை கொண்டவர், நம்பகமானவர் என்பதை மற்றவர்களுக்குக் காட்டுவதில் உங்கள் முகமும் உங்கள் தலைமுடியும் முக்கியப் பங்கு வகிக்கின்றன. உங்கள் புறத்தோற்றம் மற்றவர்களுக்கு உங்கள்மீது மதிப்பும் நம்பிக்கையும் ஏற்படுத்தும்படியாக இருக்க வேண்டும். உங்கள் துறையில் மிக உயர்ந்த சம்பளம் வாங்குகின்ற நபர்கள் எப்படி ஆடை அணிகிறார்கள், அவர்கள் எப்படிக் காட்சியளிக்கிறார்கள் என்பதைப் பார்த்துவிட்டு, அவர்களை அப்படியே நகலெடுங்கள்.

உங்கள் உடலை உறுதியாக வைத்துக் கொள்ளுங்கள்

நீங்கள் ஆரோக்கியமாகவும் சரியான எடையுடனும் இருப்பதற்கு வாரத்திற்கு மூன்றரை மணிநேர உடற்பயிற்சி உங்களுக்குத் தேவை. நீங்கள் ஒலிம்பிக்கிற்கு உங்களைத் தயார்படுத்த வேண்டியதில்லை. ஆனால், தினமும் ஓர் அரை மணிநேரம் நீங்கள் சுறுசுறுப்பாக வெளியே சென்று நடக்க வேண்டும் அல்லது வேறு ஏதேனும் கடுமையான உடற்பயிற்சி செய்ய வேண்டும்.

காலையில் எழுந்தவுடன் முதல் வேலையாக முப்பது நிமிடங்களிலிருந்து ஒரு மணிநேரம் உடற்பயிற்சி செய்வது மிகவும் நல்லது. காலையில் உடற்பயிற்சி செய்யும்போது, உங்கள் ரத்தம் உங்கள் மூளைக்குத் தேவையான ஆக்சிஜனை அதனிடம் கொண்டு சேர்க்கும். இது நாள் முழுவதும் உங்களை விழிப்பாகவும் படைப்பாற்றலோடும் செயல்பட வைக்கும்.

உங்கள் ஆற்றலின் அளவும் விற்பனையில் உங்கள் வெற்றியைத் தீர்மானிக்கின்ற ஒரு முக்கியக் காரணியாகத் திகழுகிறது. ஒரு கூட்டத்தில் பலருடைய முன்னிலையில் பேசுவதில் நீங்கள் வெற்றி பெறுவதிலும் உங்கள் ஆற்றலின் அளவு ஒரு முக்கியப் பங்கு வகிக்கிறது.

உங்களுக்கு ஏராளமான ஓய்வு தேவை

வாரத்திற்கு ஐந்து நாட்கள் நீங்கள் வேலை செய்யப் போகிறீர்கள் என்றால், வாரத்திற்கு ஐந்து நாட்கள் இரவில் சீக்கிரமாகவே நீங்கள் தூங்கச் செல்ல வேண்டும். தினமும் ஏழிலிருந்து எட்டு மணிநேரத் தூக்கம் உங்களுக்குத் தேவை. நன்றாக ஓய்வெடுத்துக் கொண்டால் மட்டுமே, மறுநாள் முழுவதும் உயர்ந்த தரம் கொண்ட விற்பனைகளை உங்களால் மேற்கொள்ள முடியும்.

செய்முறைப் பயிற்சிகள்

1. நீங்கள் ஒவ்வொரு நிமிடத்தையும் பயனுள்ள விதத்தில் செலவிடப் போவதாக இன்றே உறுதி பூணுங்கள். ஒரு மணிநேரத்திற்கு உங்களுக்கு எவ்வளவு சம்பளம் கொடுக்கப்படுகிறது என்பதைக் கணக்கிட்டுக் கொள்ளுங்கள். பிறகு, நீங்கள் எவ்வளவு பணம் சம்பாதிக்க விரும்புகிறீர்களோ அவ்வளவு பணத்தை உங்களுக்குப் பெற்றுக் கொடுக்கக்கூடிய விஷயங்களை மட்டுமே செய்வதற்கான ஒழுங்கை உங்களிடம் வளர்த்துக் கொள்ளுங்கள்.
2. ஒரு வெற்றிகரமான விற்பனையாளராக விளங்குவதற்கு உங்களுக்கு உதவக்கூடிய பல பழக்கங்கள் இந்த அத்தியாயத்தில் கொடுக்கப்பட்டுள்ளன. அவற்றில் ஏதேனும் ஒன்றைத் தேர்ந்தெடுத்து, இன்றிலிருந்து இருபத்தோரு நாட்களுக்கு அதைப் பயிற்சி செய்யுங்கள். அப்பழக்கம் உங்களின் ஒரு பகுதியாக ஆகி, அது உங்களுக்கு இயல்பாகவும் சுலபமாகவும் வரும்வரை அதைத் தொடர்ந்து கடைபிடியுங்கள்.

அத்தியாயம் ஐந்து

விற்பனைப் பொருட்களைப் பற்றிய விபரங்களை முழுமையாக அறிந்திடுங்கள்

உங்களுடைய விற்பனைப் பொருட்களைப் பற்றிய விஷயங்களை நீங்கள் எந்த அளவுக்குத் தெரிந்து வைத்திருக்கிறீர்கள் என்பதுதான் உங்களுடைய நம்பகத்தன்மைக்கும் தன்னம்பிக்கைக்கும் விற்பனைத் திறனுக்குமான அடித்தளமாகும். நீங்கள் விற்றுக் கொண்டிருக்கின்ற ஒரு பொருளைப் பற்றிய முழுமையான மற்றும் விரிவான அறிவு உங்களுக்கு இல்லாவிட்டால், உங்களால் அதை வெற்றிகரமாக விற்பனை செய்ய முடியாது. மிகச் சிறந்த விற்பனையாளர்கள் தங்களுடைய விற்பனைப் பொருட்களைப் பற்றிய அனைத்து விபரங்களையும் மிகத் துல்லியமாக அறிந்து வைத்துள்ளனர், அவற்றை மனப்பாடம் செய்து வைத்துள்ளனர். எந்த உதவியும் இல்லாமல் எந்த நேரத்தில் வேண்டுமானாலும் யாருடைய முன்னிலையில் வேண்டுமானாலும் அவர்களால் தங்கள் பொருட்களைப் பற்றி விரிவாக விவரிக்க முடியும்.

உங்களுடைய பொருட்களைப் பற்றி ஒருவர் உங்களிடம் ஒரு கேள்வி கேட்கும்போது, அதற்குத் தெளிவாக உங்களால் விளக்கமளிக்க முடிய வேண்டும், உங்களிடமிருந்து அவற்றை வாங்குவதற்கு அந்நபரை உங்களால் சம்மதிக்க வைக்க முடிய வேண்டும்.

உங்களுடைய விற்பனைப் பொருட்கள் குறித்தும், அவற்றால் எப்படி உங்கள் வாடிக்கையாளர்களின் தனிப்பட்ட வாழ்க்கையையோ அல்லது தொழில்வாழ்க்கையையோ மேம்படுத்த முடியும் என்பதைப் பற்றியும் நீங்கள் தெளிவாக அறிந்திருக்கும்போதும், வாடிக்கையாளர்களாக ஆவதற்கு வாய்ப்புள்ளவர்கள் அவற்றைப் பற்றி உங்களிடம் கேட்கும் கேள்விகளுக்கு உங்களால் தெளிவாக பதிலளிக்க முடியும்போதும், உங்கள் விற்பனைப் பொருட்கள் உண்மையிலேயே அவர்களுக்கு நன்மை பயக்கும் என்றும் அவை மதிப்புவாய்ந்தவை என்றும் நீங்கள் ஆழமாக நம்பும்போதும், உங்களுடைய நம்பகத்தன்மை மலையளவு உயருகிறது.

உங்கள் வாடிக்கையாளரைப் பற்றி அறிந்திடுங்கள்

உங்களுடைய விற்பனைப் பொருட்களைப் பற்றி நீங்கள் துல்லியமாக அறிந்து கொண்ட பிறகு, உங்கள் வாடிக்கையாளரைப் பற்றிய அனைத்து விஷயங்களையும் நீங்கள் தெரிந்து கொள்ள வேண்டியதுதான் உங்களுடைய அடுத்த நடவடிக்கையாகும். நீங்கள் சந்திக்கின்ற ஒவ்வொரு நபரிடமும் விற்பனை செய்ய முயற்சிப்பதற்கு பதிலாக, மிக கவனமாக ஆய்வு செய்து, யார் உண்மையிலேயே உங்களிடமிருந்து வாங்கக்கூடும் என்பதைக் கண்டறிந்து, அவர்களிடம் விற்பனை செய்வதில் முழுமூச்சாக ஈடுபடுங்கள்.

ஒருவரிடம் ஒன்றை விற்கத் தொடங்குவதற்கு முன்பாக நீங்கள் அறிந்து கொள்ள வேண்டிய மூன்று வகையான தகவல்கள் உள்ளன:

1. **உங்கள் வாடிக்கையாளரைப் பற்றிய தனிப்பட்ட விபரங்கள்.** ஒரு கச்சிதமான வாடிக்கையாளர் எப்படி இருப்பார் என்பதை விவரியுங்கள். அவருடைய வயது, கல்வித் தகுதி, வேலை

அல்லது தொழில், குடும்ப உறுப்பினர்கள், உங்களுடைய விற்பனைப் பொருள் தொடர்பான அவருடைய முந்தைய அனுபவம் ஆகிய அனைத்து விபரங்களையும் எழுதிக் கொள்ளுங்கள். ஒவ்வோர் ஆண்டும் அமெரிக்காவில் இந்தத் தகவல்களைச் சேகரிப்பதற்குத்தான் பல கோடிக்கணக்கான டாலர்கள் பணம் செலவிடப்படுகிறது. நீங்கள் உங்கள் விற்பனைத் துறையிலும் வருவாயிலும் உச்ச நிலையை எட்ட வேண்டும் என்றால், விற்பனை செய்யத் தொடங்குவதற்கு முன்பாக, ஒரு கச்சிதமான வாடிக்கையாளரிடம் என்னென்ன பண்புகளும் தகுதிகளும் இருக்க வேண்டும் என்பதை நீங்கள் விபரமாகத் தெரிந்திருக்க வேண்டியது அவசியம். ஒருவரிடம் நீங்கள் விற்பனை உரையாடலில் ஈடுபடும்போது, அவர் உங்கள் பொருளை வாங்குவாரா மாட்டாரா என்பதை அந்த உரையாடலின் துவக்கத்திலேயே கண்டுபிடித்துவிடுவதற்கு மேற்கூறப்பட்ட விபரங்கள் உங்களுக்குப் பெரிதும் உதவும்.

2. **உங்கள் வாடிக்கையாளரின் மனத்தில் ஓடிக் கொண்டிருக்கும் விஷயங்கள்.** விற்பனையைப் பொருத்தவரை இது ஒரு முக்கியமான அம்சமாக இருக்கிறது. உங்களுடைய வாடிக்கையாளராக ஆவதற்கு வாய்ப்புள்ள ஒருவருடைய மனத்தில் என்னென்ன பயங்களும், நம்பிக்கைகளும், ஆழ்விருப்பங்களும், லட்சியங்களும் உள்ளன? உங்களுடைய விற்பனைப் பொருள் அவருடைய எந்தப் பிரச்சனையைத் தீர்க்கும்? உங்களுடைய விற்பனைப் பொருள் அவருடைய எந்தத் தேவையை நிறைவேற்றும்? அந்நபர் தன்னுடைய எந்த இலக்கை அடைவதற்கு உங்கள் பொருள் அவருக்கு உதவும்? உங்கள் பொருள் அவருடைய எந்தப் பிரச்சனையை அல்லது வேதனையை முற்றிலுமாகக் களையும்?

3. **உங்கள் வாடிக்கையாளரின் வாழ்வில் உங்கள் விற்பனைப் பொருளின் பங்கு.** உங்கள் வாடிக்கையாளர் உங்களுடைய விற்பனைப் பொருளை எப்போது, எப்படிப் பயன்படுத்துகிறார் என்பதைப் பற்றியது இது. உங்கள்

வாடிக்கையாளரின் தனிப்பட்ட வாழ்க்கையிலோ அல்லது தொழில்வாழ்க்கையிலோ உங்கள் பொருள் என்ன பங்கு வகிக்கிறது? உங்கள் பொருள் அவருடைய இயல்பான வாழ்க்கைமுறையில் கச்சிதமாகப் பொருந்தும் என்பதை நீங்கள் அவருக்குக் காட்டுவதன் மூலம், அது அவருக்கு வசீகரமானதாக இருக்கும்படியும் வாங்குவதற்கு எளிதானதாக இருக்கும்படியும் நீங்கள் பார்த்துக் கொள்ளுகிறீர்கள்.

உங்கள் போட்டியாளர் யார் என்று கண்டுபிடியுங்கள்

"யார் என்னுடைய போட்டியாளர்?" என்ற கேள்வியை உங்களை நீங்களே கேட்டுக் கொண்டு விடையளிப்பது உங்களுடைய விற்பனை அறிவை வளர்த்துக் கொள்ளுவதன் ஒரு பகுதியாகும்.

உங்களுடைய விற்பனைப் பொருளுக்குப் போட்டியாக இருக்கின்ற ஒரு பொருளை யார் விற்கிறார்கள்? யார் உங்களுடைய முதன்மைப் போட்டியாளர்கள்? யார் உங்களுடைய இரண்டாம் நிலைப் போட்டியாளர்கள்?

ஒவ்வொரு வாடிக்கையாளரிடமும் ஒரு குறிப்பிட்ட அளவுக்குப் பணம் இருக்கிறது. ஒவ்வொரு விற்பனையும் அந்தப் பணத்தை அவரிடமிருந்து கைப்பற்றுவதற்கான ஒரு முயற்சிதான். எனவே, அந்த மட்டான பணத்தைக் கைப்பற்ற நினைக்கின்ற ஒவ்வொரு செலவுமே உங்களுக்கு ஒரு போட்டிதான். ஆனால் இறுதியில், அக்கணத்தில் தனக்கு எந்தப் பொருள் மற்றவற்றைவிட அதிக முக்கியமானது, அதிக விருப்பமானது என்பதைக் கண்டறிந்து, அதன்மீது தன்னுடைய பணத்தைச் செலவிட அந்த வாடிக்கையாளர்தான் தீர்மானிக்கிறார். கடுமையான போட்டி நிலவுகின்ற இச்சூழலில், உங்கள் பொருள்தான் சிறந்தது என்று அந்த வாடிக்கையாளருக்கு நீங்கள் எப்படி நிரூபிப்பீர்கள்?

உங்கள் வாடிக்கையாளரின் கண்ணோட்டம்

நீங்கள் உங்கள் போட்டியாளர்களைப் பற்றிச் சிந்திக்கும்போது, உங்கள் வாடிக்கையாளரோ அல்லது உங்கள் வாடிக்கையாளராக

ஆக வாய்ப்புள்ளவரோ ஏன் உங்கள் போட்டியாளரிடம் இருந்து வாங்குகிறார் என்பதுதான் உங்களுடைய அடுத்தக் கேள்வியாக இருக்க வேண்டும். உங்கள் போட்டியாளரிடமிருந்து வாங்குவதில் அந்த வாடிக்கையாளர் தனக்கு என்னென்ன அனுகூலங்கள் இருப்பதாகப் பார்க்கிறார்? அதைவிட அதிக அனுகூலங்களையும் நன்மைகளையும் உங்கள் பொருளால் கொடுக்க முடியுமா? உங்கள் பொருள்தான் மேன்மையானது என்பதை எப்படி நீங்கள் நிலைப்படுத்துவீர்கள்?

குறிப்பிட்ட இந்தக் கேள்வியைத் தங்களைத் தாங்களே மீண்டும் மீண்டும் கேட்டுக் கொண்டு, இதற்கு பதிலளித்துள்ளதன் மூலமாகத்தான் பல விற்பனையாளர்கள் அசாதாரணமான வெற்றிகளைப் பெற்றுள்ளனர். இந்தக் கேள்வியைக் கேட்பதன் மூலம் தங்களுக்குக் கிடைக்கின்ற தகவல்களைப் பயன்படுத்திப் புதிய வாடிக்கையாளர்களை அடையாளம் கண்டுகொண்டு, தங்களுடைய போட்டியாளர்களிடமிருந்து அவர்கள் வாங்குவதற்கான காரணத்தைக் கண்டறிந்து அதைக் களைவதில் இந்த விற்பனையாளர்கள் வெற்றி பெற்றுள்ளனர்.

செய்முறைப் பயிற்சிகள்

1. உங்களுடைய விற்பனைப் பொருளை வாங்குவதிலிருந்தும் பயன்படுத்துவதிலிருந்தும் ஒரு வாடிக்கையாளருக்குக் கிடைக்கக்கூடிய மூன்று முக்கியமான நன்மைகள், விளைவுகள், அல்லது பயன்கள் எவை?
2. நீங்கள் விற்றுக் கொண்டிருக்கின்ற பொருளை வாங்குவதற்கு ஏற்றக் கச்சிதமான வாடிக்கையாளரிடம் இருக்க வேண்டிய மூன்று முக்கியமான பண்புகள் எவை?

அத்தியாயம் ஆறு

உங்களுடைய போட்டியாளர்களைப் பற்றி ஆய்வு செய்யுங்கள்

சீன ராணுவ வியூகவாதியான சன் சூ, 'த ஆர்ட் ஆஃப் வார்' என்ற தன்னுடைய நூலில் இவ்வாறு குறிப்பிட்டுள்ளார்: "தன்னைப் பற்றி மட்டுமே அறிந்துள்ள, ஆனால் தன்னுடைய எதிரியைப் பற்றி எதுவும் அறிந்திராத ஒரு தளபதி எப்போதேனும் வெற்றி பெறுவார். தன்னுடைய எதிரியைப் பற்றி அறிந்துள்ள, ஆனால் தன்னைப் பற்றி எதுவும் அறியாத ஒரு தளபதி ஒருசில வெற்றிகளைப் பெறுவார். தன்னைப் பற்றியும் தன்னுடைய எதிரியைப் பற்றியும் எதுவும் அறிந்திராத ஒரு தளபதி ஒவ்வொரு போரிலும் தோல்வியுறுவார். ஆனால், தன்னைப் பற்றியும் தன்னுடைய எதிரியைப் பற்றியும் துல்லியமாக அறிந்துள்ள ஒரு தளபதி மட்டுமே நூறு யுத்தங்களைத் தாக்குப்பிடிப்பார்."

உங்கள் போட்டியாளர்களிடம் ஓர் எளிய உத்தி இருக்கிறது. அவர்கள் தினமும் காலையில் கண்விழிக்கும்போது, தங்களுடைய பொருட்களை ஒத்தப் பொருட்களைத் தயாரித்து விற்பனை செய்கின்ற உங்கள் நிறுவனத்தையும் மற்றப் போட்டி

நிறுவனங்களையும் எப்படிச் சந்தையைவிட்டுத் துரத்துவது என்பதைப் பற்றிச் சிந்தித்தபடியே கண்விழிக்கின்றனர். உங்களுடைய வாடிக்கையாளர்களை உங்களிடமிருந்து அபகரித்து எப்படி நிரந்தரமாகத் தங்களுடைய வாடிக்கையாளர்களாக ஆக்கிக் கொள்ளுவது என்பது பற்றியே அவர்கள் தொடர்ந்து சிந்திக்கின்றனர். நீங்கள் வழங்குகின்ற பொருட்களைவிட அதிகச் சிறப்பான, அதிக மலிவான, அதிக வேகமான மற்றும் அதிக வசதியான பொருட்களை வழங்குவது குறித்து அவர்கள் தொடர்ந்து சிந்திக்கின்றனர், பேசுகின்றனர், திட்டமிடுகின்றனர், அத்திட்டத்தைச் செயல்படுத்துகின்றனர். நீங்கள் வழங்குகின்ற தள்ளுபடிகளை வழங்க அவர்களும் தயாராக இருக்கின்றனர். உங்களுடைய வாடிக்கையாளர்களை முதன்முதலாகத் தங்கள் பக்கம் இழுப்பதற்குச் சிறிதளவு பணத்தை இழக்கவும் அவர்கள் தயாராக இருக்கின்றனர். இத்தகைய போட்டியாளர்களுக்கு எதிராக வெற்றி பெறுவதற்கு, அவர்கள் சிந்திக்கின்ற அதே வழியில் நீங்கள் சிந்திக்க வேண்டும், அவர்கள் மேற்கொள்ளுகின்ற அதே நடவடிக்கைகளை நீங்கள் மேற்கொள்ள வேண்டும்.

உங்களுடைய போட்டியாளர்களின் பலங்கள், பலவீனங்கள், வாய்ப்புகள், அச்சுறுத்தல்கள் ஆகியவற்றை ஆய்வு செய்யுங்கள். ஒரு வழக்கறிஞர் எப்படித் தன்னுடைய எதிர்த்தரப்பு வழக்கறிஞரின் கண்ணோட்டத்திலிருந்து சிந்தித்துத் தன்னுடைய வாதங்களைத் தயாரிப்பாரோ, அதேபோல, உங்களுடைய போட்டியாளர்கள் பயன்படுத்துகின்ற சந்தை நிர்வாக உத்திகளை கவனமாக ஆய்வு செய்து நீங்கள் உங்களுடைய சந்தை நிர்வாக உத்திகளைத் தயாரிக்க வேண்டும்.

படைத் தளபதி ஒருவர் தன்னுடைய சொந்த வியூகத்தைத் தயாரிப்பதற்கு முன்பாக எதிரியின் மனநிலையை ஆய்வு செய்ய எப்படி ஏகப்பட்ட நேரத்தை எடுத்துக் கொள்ளுவாரோ, அதைத்தான் நீங்களும் செய்ய வேண்டும்.

எந்தெந்த வழிகளில் உங்கள் போட்டியாளர்கள் உங்களைவிட மேன்மையானவர்களாக இருக்கின்றனர்? உங்களுடைய வாடிக்கையாளர்களாக ஆவதற்கு வாய்ப்புள்ளவர்களை அவர்கள் என்ன செய்து கவர்ந்திழுக்கின்றனர்? மக்கள் ஏன் உங்களிடமிருந்து வாங்குவதற்கு பதிலாக உங்கள் போட்டியாளர்களிடம் இருந்து

வாங்குவதைத் தேர்ந்தெடுக்கின்றனர்? உங்கள் போட்டியாளர்கள் கொடுக்கின்ற அனுகூலங்களை நீங்கள் எப்படி ஈடுகட்டப் போகிறீர்கள்?

உங்கள் போட்டியாளர்களின் வலிமைகளையும் பலவீனங்களையும் கண்டுபிடியுங்கள்

உங்கள் போட்டியாளர்களின் வலிமைகள் எவை? இந்தக் கடினமான சந்தையில் உங்கள் போட்டியாளர்களால் எப்படிச் சிறப்பாக விற்பனை செய்ய முடிகிறது? வாடிக்கையாளர்களுக்கு அவர்கள் என்ன வெகுமதிகளையும் அனுகூலங்களையும் வழங்கிக் கொண்டிருக்கின்றனர்? அவற்றை அவர்கள் எப்படி வழங்கிக் கொண்டிருக்கின்றனர்?

உங்களுக்கான ஒரு முக்கியமான வாழ்க்கைப் பாடம் இது: உங்களுடைய வெற்றிகரமான போட்டியாளர்களை எப்போதும் மெச்சுங்கள். அவர்களை நீங்கள் மெச்சும்போதும், வாடிக்கையாளர்களைக் கவர்ந்திழுத்து நிரந்தரமாகத் தங்களோடு வைத்துக் கொள்ளுவதற்கு அவர்கள் செய்கின்ற அறிவார்ந்த விஷயங்களை நீங்கள் மதிக்கும்போதும், நீங்கள் அவ்விஷயங்களைக் கற்றுக் கொண்டு உங்கள் சொந்த விற்பனைச் செயல்முறையை மேம்படுத்துவதற்கான வாய்ப்பு அதிகரிக்கிறது. இதன் மூலம், நீங்கள் அவர்களைவிட அதிகச் சிறப்பாக உங்கள் தொழிலை நடத்துவீர்கள்.

பல தொழிலதிபர்களும் பல விற்பனையாளர்களும் தங்களுடைய வெற்றிகரமான போட்டியாளர்களை விமர்சிப்பதையும் அவர்களைப் பற்றி அவதூறாகப் பேசுவதையும் ஒரு பழக்கமாக ஆக்கிக் கொண்டுள்ளனர். அதன் விளைவாக, வெற்றி பெறுவதற்கு அப்போட்டியாளர்கள் செய்து கொண்டிருக்கின்ற சாமர்த்தியமான விஷயங்களிலிருந்து அவர்கள் ஒருபோதும் எதையும் கற்றுக் கொள்ளுவதில்லை. ஆனால், உங்களுடைய வெற்றிகரமான போட்டியாளர்களை நீங்கள் மெச்சும்போதும், அவர்களிடமிருந்து கற்றுக் கொள்ளுவதற்கான வழிகளை நீங்கள் தேடும்போதும், உங்கள் துறையில் நீங்கள் அதிக வேகமாக முன்னேறுவீர்கள்.

அடுத்து, அவர்களுடைய பலவீனங்களை ஆய்வு செய்யுங்கள். உங்கள் போட்டியாளர்கள் எந்தெந்த விஷயங்களில் உங்களைவிடத் தாழ்ந்த நிலையில் இருக்கிறார்கள்? மக்கள் உங்கள் போட்டியாளர்களிடமிருந்து வாங்குவதை விடுத்து உங்களிடமிருந்து ஏன் வாங்குகிறார்கள்?

உங்கள் சொந்த ஆராய்ச்சியை மேற்கொள்ளுங்கள்

நீங்கள் உடனடியாகப் பயன்படுத்தக்கூடிய, இரண்டு அம்சங்களைக் கொண்ட ஒரு சந்தை ஆராய்ச்சி உத்தி இது. முதலில், உங்களிடமிருந்து ஏதோ ஒரு பொருளை வாங்கிய கடைசிப் பத்து வாடிக்கையாளர்களைத் தொலைபேசியில் அழைத்து, "நீங்கள் எங்களிடமிருந்து பொருட்களை வாங்கியதற்காக உங்களுக்கு நன்றி கூறுவதற்காகவே நான் உங்களை அழைத்தேன். உங்கள் தொடர்பு எங்களுக்கு மிகவும் முக்கியம். நாங்கள் அதைப் பெரிதும் மதிக்கிறோம். எங்கள் நிறுவனத்தில் தற்போது நாங்கள் சந்தை ஆராய்ச்சி ஒன்றை மேற்கொண்டுள்ளோம். அது தொடர்பான ஒரு கேள்விக்கு நீங்கள் விடையளிக்க வேண்டும் என்று நாங்கள் விரும்புகிறோம். கேள்வி இதுதான்: ஒரு பொருளை எங்களுடைய போட்டியாளர்களில் ஒருவரிடமிருந்து வாங்குவதற்கு பதிலாக எங்களிடமிருந்து வாங்க நீங்கள் தீர்மானித்ததற்கான முக்கியக் காரணம் என்ன?" என்று கேளுங்கள்.

பத்தில் எட்டுப் பேர் ஒரே காரணத்திற்காக உங்களிடமிருந்து பொருட்களை வாங்கியிருப்பதை நீங்கள் கண்டறிவீர்கள். ஆனால் நீங்கள் அவர்களிடம் விற்பனை செய்தபோது, அவர்கள் அந்தக் காரணத்திற்காகத்தான் வாங்கினார்கள் என்பதை நீங்கள் அறிந்திருக்கவில்லை என்பதையும் நீங்கள் உணருவீர்கள். இது உங்களை வியப்பில் ஆழ்த்தக்கூடும். வேறு யாரிடமிருந்தாவது வாங்குவதற்கு பதிலாக வாடிக்கையாளர்கள் ஏன் தங்களிடமிருந்து வாங்கத் தீர்மானித்தனர் என்பதைப் பெரும்பாலான நிறுவனங்களில் உள்ள பெரும்பாலான விற்பனையாளர்கள் உண்மையிலேயே அறிந்திருப்பதில்லை.

உங்களுடைய வாடிக்கையாளர்களில் பத்துப் பேரிடம் நீங்கள் மேற்கொள்ளுகின்ற இந்த எளிய கணக்கெடுப்பிலிருந்து

நீங்கள் கைவசப்படுத்துகின்ற தகவல்களைக் கொண்டு, மக்கள் உங்களிடமிருந்து பொருட்களை வாங்குவதற்கான முதன்மைக் காரணத்தைக் கண்டறிந்து, அதன்மீது உங்களால் ஒருமித்த கவனம் செலுத்த முடியும். பிறகு இந்தத் தகவல்களை உங்களுடைய விற்பனைச் செயல்முறையிலும் உங்களுடைய விளம்பரங்களிலும் பிரச்சாரங்களிலும் உங்களால் பயன்படுத்த முடியும்.

உங்களுடைய வாடிக்கையாளர்களாக அல்லாதோரைத் தொடர்பு கொள்ளுங்கள்

மேற்குறிப்பிடப்பட்டச் சந்தை ஆராய்ச்சி முறையின் இரண்டாவது அம்சம் இது. உங்களிடமிருந்து எதுவும் வாங்காமல் போன கடைசிப் பத்து நபர்களைத் தொலைபேசியில் தொடர்பு கொள்ளுங்கள். உங்களை விடுத்து உங்கள் போட்டியாளர் ஒருவரிடம் இருந்து பொருட்களை வாங்கிய நபர்கள் அவர்கள். நீங்கள் அவர்களிடம், “நான் விற்பனையாளர் ஜான் பேசுகிறேன். எங்கள் நிறுவனத்தின் பொருளின்மீது நீங்கள் ஆர்வம் காட்டியதற்காக உங்களுக்கு நன்றி கூறுவதற்காகவே நான் உங்களை அழைத்தேன். வேறொருவரிடமிருந்து வாங்குவதற்கு நீங்கள் மேற்கொண்ட தீர்மானத்தை நான் மதிக்கிறேன். எங்களுடைய பொருளில் நீங்கள் எத்தகைய அனுகூலங்களைக் கண்டீர்கள், எத்தகைய குறைகளைக் கண்டீர்கள் என்பதை என்பதை நீங்கள் என்னிடம் விளக்கினால் நான் உங்களுக்கு மிகவும் நன்றிக்கடன் பட்டவனாக இருப்பேன். நீங்கள் எங்களிடமிருந்து வாங்குவதற்கு பதிலாக எங்கள் போட்டியாளரிடமிருந்து வாங்கியதற்கான முக்கியக் காரணம் எது என்று உங்களால் கூற முடியுமா?” என்று கேளுங்கள்.

பிறகு நீங்கள் எதுவும் பேசாமல் இருங்கள். ஒருசில கணங்களில் அவர்கள் ஒவ்வொருவரும் தங்களுடைய அந்த முக்கியக் காரணத்தை உங்களிடம் தெரிவிப்பர். அவர்கள் கூறும் பதில் எதுவாக இருந்தாலும், அவர்கள் உங்களுடன் பேசச் செலவிட்ட நேரத்திற்காக அவர்களுக்கு நன்றி கூறிவிட்டு, எதிர்காலத்தில் எப்போதேனும் அவர்களிடம் விற்பனை செய்வதற்கு உங்களுக்கு ஒரு வாய்ப்புக் கிடைக்கும் என்று நீங்கள் நம்புவதாக அவர்களிடம் கூறுங்கள்.

அவர்கள் ஒவ்வொருவரும் கொடுக்கும் பதில்கள் பல சமயங்களில் உங்களை வியப்பில் ஆழ்த்தும். அவர்கள் கூறுகின்ற காரணங்கள் முதலிலேயே உங்களுக்குத் தெரிந்திருந்தால், நீங்கள் அவற்றை ஈடுகட்டும் விதமாக ஏதேனும் செய்து அந்த வாடிக்கையாளர்களை உங்களுடைய வாடிக்கையாளர்களாக மாற்றியிருப்பீர்கள். ஆனால் முன்பு அந்தக் காரணங்கள் உங்களுக்குத் தெரியாமல் இருந்ததால், அவர்கள் உங்கள் போட்டியாளர் ஒருவரிடம் சென்றுவிட்டனர்.

உங்களுடைய விற்பனைப் பொருளை ஆய்வு செய்யுங்கள்

இப்போது உங்களுடைய பலங்களையும் பலவீனங்களையும் ஆய்வு செய்யலாம். உங்கள் வாடிக்கையாளர்களின் ஆழமான விருப்பங்கள் மற்றும் தேவைகளை நிறைவேற்றக்கூடிய விதத்தில் உங்கள் பொருளில் உள்ளடங்கியுள்ள வலிமைகள் எவை? உங்கள் வாடிக்கையாளர்கள் உங்கள் விற்பனைப் பொருளின் எந்த அம்சத்தை மிகவும் பாராட்டுகின்றனர்? அவர்கள் உங்கள் பொருளை வாங்கிப் பயன்படுத்தும்போது எது அவர்களுக்குப் பெரும் மகிழ்ச்சியைக் கொடுக்கிறது? இக்கேள்விகளுக்கான விடைகள் உங்களுக்குத் துல்லியமாகத் தெரிந்திருக்க வேண்டும்.

உங்கள் போட்டியாளர்களின் பொருட்களுடன் ஒப்பிடப்படும்போது, உங்கள் பொருள் எந்த அம்சங்களில் பலவீனமாக இருக்கிறது? இந்த பலவீனங்களைச் சரி செய்வதற்கு நீங்கள் எத்தகைய மேம்பாட்டை அல்லது மாற்றத்தை மேற்கொள்ள வேண்டும்? இந்த பலவீனங்களை உடனடியாக ஈடுகட்டி, இனியும் எந்தவொரு வாடிக்கையாளரும் உங்களை விட்டுவிட்டு உங்கள் போட்டியாளர்களைத் தேடிச் செல்லாமல் இருப்பதை உறுதி செய்வதற்கு உங்களால் என்ன செய்ய முடியும்?

உங்கள் போட்டியாளர்கள் எந்த விஷயங்களில் மேன்மையானவர்களாக இருக்கின்றனர் என்பதைக் கண்டறிந்து, அவர்களுடைய அந்த வலிமையை ஈடுகட்டுவதற்கான நடவடிக்கைகளை மேற்கொள்ளுவதும், அதே சமயத்தில், அவர்கள் எந்த விஷயங்களில் பலவீனமானவர்களாக இருக்கிறார்கள்

என்பதைக் கண்டுபிடித்து அவற்றை உங்களுக்குச் சாதகமாகப் பயன்படுத்திக் கொள்ளுவதும்தான் நல்ல சந்தை நிர்வாக உத்தியின் நோக்கமாகும்.

செய்முறைப் பயிற்சிகள்

1. யார் உங்களுடைய மிகவும் வெற்றிகரமான போட்டியாளர்? அவர்கள் தங்கள் வாடிக்கையாளர்களுக்கு வழங்கிக் கொண்டிருக்கின்ற, ஆனால் நீங்கள் உங்கள் வாடிக்கையாளர்களுக்கு வழங்காத மூன்று அனுகூலங்கள் அல்லது நன்மைகளைப் பட்டியலிடுங்கள்.
2. உங்கள் பொருளின் மூன்று மிகப் பெரிய வலிமைகள் எவை? இந்த நன்மைகளை உங்களுக்கு வாடிக்கையாளர்களாக ஆவதற்கு வாய்ப்புள்ளவர்களிடம் தெளிவாக எப்படி உங்களால் எடுத்துரைக்க முடியும்?

அத்தியாயம் ஏழு

போட்டியில் உங்களுக்கு அனுகூலமான நிலையை உருவாக்கிக் கொள்ளுங்கள்

போட்டியில் ஓர் அனுகூலமான நிலையைக் கைவசப்படுத்துதான் வெற்றிகரமான விற்பனைக்கான மிக முக்கியக் காரணியாகும். நீங்கள் வெற்றிகரமாக விற்பனை செய்ய வேண்டும் என்றால், நீங்கள் வழங்குகின்ற பொருட்களும் பிற நன்மைகளும் உங்கள் போட்டியாளர்கள் வழங்குபவற்றைவிட மேன்மையாக இருப்பதாக உங்கள் வாடிக்கையாளர்கள் உறுதியாக நம்ப வேண்டும். இந்த வேறுபாடுதான் விற்பனை வெற்றிக்கான திறவுகோலாகும்.

இன்று உங்களுக்கு வாய்த்திருக்கின்ற அனுகூலம் எது? உங்கள் பொருள் மற்றவற்றைவிட மேலானது என்று உங்கள் வாடிக்கையாளர் கருதுவதற்கான காரணம் என்ன?

உங்களுடைய வலிமையான பகுதி

உங்களுடைய வலிமையான அம்சம் எது? உங்கள் பொருள் வழங்குகின்ற எந்த அம்சம் உங்கள் வாடிக்கையாளர்களின்

மனத்தைப் பெரிதும் கவருகிறது? உங்களுடைய போட்டி நிறுவனங்களின் பொருட்களை விட்டுவிட்டு, உங்களுடைய பொருளை வாங்கிப் பயன்படுத்துவதால் உங்கள் வாடிக்கையாளர்களுக்கு என்ன நன்மை கிடைக்கிறது?

உங்கள் பொருள் உங்கள் வாடிக்கையாளர்களுக்கு வழங்குகின்ற அந்தக் கூடுதல் அனுகூலம்தான் உங்கள் சந்தை நிர்வாக முயற்சிகளுக்கும் விற்பனை முயற்சிகளுக்குமான மையமாகும். இந்த அனுகூலத்தால்தான் இத்தகைய கடுமையான போட்டி நிலவுகின்ற ஒரு சூழ்நிலையில் உங்களால் தாக்குப்பிடிக்கவும் தழைத்திருக்கவும் முடிகிறது. இதுதான் உங்கள் வெற்றிக்கான திறவுகோல். "போட்டிசார் அனுகூலம் உங்களுக்கு இல்லை என்றால், உடனடியாக நீங்கள் அதை வளர்த்தாக வேண்டும்," என்று பீட்டர் டிரக்கர் கூறியுள்ளார்.

உங்கள் விற்பனைப் பொருளிடம் ஒரு போட்டிசார் அனுகூலம் இல்லை என்றால், நீண்டகால நோக்கில் நீங்கள் வெற்றிகரமாகத் திகழுவதற்கு உங்கள் விற்பனைப் பொருள் எந்த அனுகூலத்தைக் கொண்டிருக்க வேண்டும் என்பதைக் கண்டுபிடிப்பதுதான் உங்கள் வேலை.

தனித்துவமான கூடுதல் மதிப்பு

உங்கள் வாடிக்கையாளர்களுக்கு ஒரு தனித்துவமான கூடுதல் மதிப்பை நீங்கள் வழங்க வேண்டும் என்று போட்டிசார் அனுகூலத்தில் நிபுணராக விளங்குகின்ற மைக்கேல் போர்ட்டர் கூறுகிறார்.

உங்களுடைய எல்லாப் போட்டியாளர்களையும்விட நீங்கள் உயர்ந்தவராக இருக்க வேண்டும் என்ற தேவையில்லை. ஆனால், நீங்கள் எந்த வாடிக்கையாளர்களுக்குச் சேவை செய்யத் தீர்மானித்துள்ளீர்களோ, அவர்களுக்கு ஏதேனும் தனிச்சிறப்பான, வித்தியாசமான, அதிக மதிப்புக் கொண்ட ஒன்றை நீங்கள் வழங்கியாக வேண்டும்.

எந்த வகையான வாடிக்கையாளர்களுக்கு உங்களுடைய போட்டிசார் அனுகூலம் ஓர் உண்மையான வித்தியாசத்தை ஏற்படுத்துகிறது? கிட்டத்தட்ட ஒவ்வொரு பொருளும் சில

குறிப்பிட்ட வாடிக்கையாளர்களுக்குச் சில குறிப்பிட்ட அனுகூலங்களைக் கொண்டுள்ளது. நீங்கள் 'கேடிலாக்' கார்களை விற்பனை செய்பவர் என்று வைத்துக் கொள்ளுவோம். அவை ஆடம்பர வகைக் கார்கள். தரத்திற்குப் புகழ்பெற்றவை அவை. அந்தத் தரம்தான் அந்தக் காரின் போட்டிசார் அனுகூலம். ஆனால், "எந்த வகையான வாடிக்கையாளர்களுக்கு இந்தப் போட்டிசார் அனுகூலம் முக்கியமானதாக இருக்கும்?" என்ற கேள்வியை உங்களை நீங்கள் கேட்டாக வேண்டும்.

ஆடம்பரக் கார்களை வாங்கும் வசதி படைத்த மக்களுக்கு மட்டுமே இந்தக் குறிப்பிட்டக் காரின் குணாம்சங்கள் பிடித்திருக்கும். உங்கள் வாடிக்கையாளர்கள் சாதாரணமான ஃபோர்டு, செவ்ரொலே போன்ற கார்களை ஓட்டுபவர்கள் அல்லர். மிக உயர்ந்த சம்பளம் வாங்குகின்றவர்களால் மட்டுமே உங்களுடைய வாடிக்கையாளர்களாக இருக்க முடியும்.

எனவே, ஒரு 'கேடிலாக்' காரை, பிஎம்டபுள்யூ, ஆடி, பென்ஸ் போன்ற கார்களைவிட மிக மேன்மையான ஒன்றாக ஆக்கக்கூடிய எந்தத் தனித்துவமான கூடுதல் மதிப்பு ஒரு கேடிலாக் காரிடம் இருக்கிறது?

கடுமையான போட்டி நிலவுகின்ற ஒரு சந்தையில் உங்கள் பொருள் வெற்றி பெற வேண்டும் என்றால், குறைந்தபட்சம் நான்கு வழிகளில் அது வித்தியாசமானதாகவும் மேன்மையானதாகவும் இருக்க வேண்டும்:

1. **உங்கள் விற்பனைப் பொருள் அதிகத் தரம் கொண்டதாக இருக்க வேண்டும்.** ஆனால் தரம் உங்கள் வாடிக்கையாளரால்தான் வரையறுக்கப்படுகிறது. தரத்தை உங்கள் வாடிக்கையாளர் எவ்வாறு வரையறுக்கிறார்?

2. **உங்கள் விற்பனைப் பொருள் வேகமாக வேலை செய்யக்கூடியதாகவும் சிறப்பான விளைவுகளைப் பெற்றுக் கொடுக்கக்கூடியதாகவும் இருக்க வேண்டும்.** உங்கள் போட்டியாளரின் பொருளைவிட உங்கள் பொருள் எந்த விதத்தில் அதிக வேகமான விளைவுகளைப் பெற்றுக் கொடுக்கிறது? பொருளாதாரரீதியாகவோ அல்லது தனிப்பட்ட முறையிலோ அது ஏன் உங்கள் வாடிக்கையாளருக்கு அர்த்தம் வாய்ந்ததாக இருக்கிறது?

இந்த வேகம் உங்கள் வாடிக்கையாளரின் வேலையிலோ அல்லது வாழ்க்கையிலோ எத்தகைய வித்தியாசத்தை ஏற்படுத்துகிறது?

3. **உங்கள் விற்பனைப் பொருள் மலிவான விலை கொண்டதாக இருக்க வேண்டும்.** உங்கள் பொருளின் விலை உங்கள் போட்டியாளரின் பொருளின் விலையைவிட அதிக மலிவானதாக இருக்க வேண்டும். நீண்டகால நோக்கில் அதிகச் செலவு வைக்காததாக அது இருக்க வேண்டும். உங்கள் பொருளின் விலை மலிவாக இருப்பது உங்கள் வாடிக்கையாளருக்கு எந்த விதத்தில் அனுகூலமாக இருக்கிறது?

4. **உங்கள் விற்பனைப் பொருள் பயன்படுத்துவதற்குச் சுலபமானதாகவும் வசதியானதாகவும் இருக்க வேண்டும்.** வாடிக்கையாளர்கள் பொதுவாகச் சோம்பேறிகளாக இருக்கின்றனர். எந்தவொரு பொருளும் பயன்படுத்த அதிகச் சுலபமானதாக இருக்க வேண்டும் என்று அவர்கள் விரும்புகின்றனர். பயன்படுத்தக் கடினமானவற்றை அவர்கள் தவிர்க்கின்றனர். எந்த விதத்தில் உங்களுடைய விற்பனைப் பொருள் பயன்படுத்த எளிதானதாக இருக்கிறது? அது உங்கள் வாடிக்கையாளரின் வேலையிலோ அல்லது வாழ்க்கையிலோ என்ன வித்தியாசத்தை ஏற்படுத்துகிறது?

உங்கள் வலிமைகளை உச்சபட்சமாக ஆக்கிக் கொள்ளுங்கள்

உங்களுடைய பொருட்களை உங்களுடைய போட்டியாளர்களின் பொருட்களிலிருந்து வித்தியாசப்படுத்திக் காட்டுவதற்கும், உங்கள் வாடிக்கையாளர்களுக்கு உங்கள் பொருட்கள்மீது ஆர்வத்தை உண்டாக்குவதற்குமான உங்கள் திறன்தான் நீங்கள் உங்கள் விற்பனைத் தொழிலில் வெற்றி பெறுவதை உறுதி செய்கிறது. அப்படியானால், யார் உங்களுடைய வாடிக்கையாளர்கள்? உங்கள் வாடிக்கையாளர்கள் ஏன் உங்கள் போட்டியாளர்களிடமிருந்து வாங்குகிறார்கள்? அவர்கள் அங்கு

என்ன அனுகூலங்களைப் பார்க்கின்றனர்? உங்களுடைய போட்டியாளர்களுடைய பொருள் உங்களுடையதைவிட எந்த வழிகளில் மேன்மையாக இருப்பதாக அவர்கள் கருதுகிறார்கள்?

குறிப்பாக, உண்மையிலேயே உங்களுடைய போட்டியாளர்களுடைய விற்பனைப் பொருள் உங்களுடையதைவிட எந்த வழிகளில் மேன்மையானதாக இருக்கிறது? உங்கள் போட்டியாளர்கள் கொண்டுள்ள அனுகூலங்களை, அல்லது, அவர்களிடம் எந்த அனுகூலங்கள் இருப்பதாக வாடிக்கையாளர்கள் கருதுகிறார்களோ அந்த அனுகூலங்களை, எப்படி நீங்கள் ஈடுகட்டப் போகிறீர்கள்? உங்களுடைய வலிமைகளை அதிகரித்து, உங்கள் போட்டியாளர்களின் பலவீனங்களை வெளிப்படுத்தும் விதத்தில் உங்கள் விற்பனைப் பொருளை எந்த வழியில் உங்களால் உயர்வாகக் காட்டவோ அல்லது அது பற்றி உயர்வாகக் கூறவோ முடியும்?

பல விஷயங்களில், விற்பனைப் பொருட்கள் ஒரே மாதிரியாகத்தான் இருக்கின்றன. ஒரே மாதிரியான உணவு வகைகளை வழங்குகின்ற உணவகங்களைப் பற்றிச் சிந்தித்துப் பாருங்கள். இச்சூழ்நிலையில் நீங்கள் உங்கள் உணவகத்தை வித்தியாசமாகக் காட்டுவதற்கு என்ன வழி இருக்கிறது? சிறப்பான, தோழமையான, இனிமையான வாடிக்கையாளர் சேவையை வழங்குவது அதற்கான ஒரு வழி. எல்லா இடங்களிலும் கிடைக்கின்ற ஒரு பொருளைப் பொருத்தவரை, வாடிக்கையாளர் சேவையின் தரம் உங்கள் வாடிக்கையாளர்கள் மத்தியில் உங்களுக்கு அனுகூலத்தைக் கொடுக்கக்கூடும்.

சில சமயங்களில், உங்கள் வாடிக்கையாளர்கள் எந்தக் குறிப்பிட்ட விஷயத்தை முக்கியமானதாகக் கருதுகிறார்களோ, அதில் நீங்கள் வெற்றி பெறுவது உங்களுக்குத் தேவையான அனுகூலத்தைக் கொடுத்துவிடும்.

உங்களுக்கான ஒரு பயிற்சி இது: நன்றாக விஷயமறிந்த ஒரு வாடிக்கையாளர், உங்கள் போட்டியாளரிடமிருந்து வாங்குவதற்கு பதிலாக உங்களிடமிருந்து வாங்குவதற்கு எது காரணமாக இருக்கும் என்று பத்திலிருந்து பதினைந்து வார்த்தைகளுக்குள் உங்களுடைய பிசினஸ் கார்டு ஒன்றின் பின்பக்கத்தில் எழுதுங்கள்.

ஒரு பிசினஸ் கார்டின் பின்பக்கத்தில் உங்களுடைய போட்டிசார் அனுகூலத்தைச் சுருக்கமாக உங்களால் எழுத முடியாவிட்டால், அது என்ன அனுகூலம் என்று உங்களுக்குத் தெரியவில்லை என்பது உண்மையாக இருக்கலாம். அல்லது, ஒரு விற்பனைச் சூழ்நிலையில் உங்களுடைய பொருளிடம் உள்ள அனுகூலத்தைத் தெளிவாக எடுத்துரைப்பதற்கான திறன் உங்களுக்கு இல்லை என்பது உண்மையாக இருக்கலாம்.

செய்முறைப் பயிற்சிகள்

1. உங்கள் பொருள் உங்களுடைய போட்டியாளர்கள் அனைவருடைய பொருட்களையும்விட அதிக உயர்வானதாக இருப்பதாக நீங்கள் கருதுவதற்கான இரண்டு காரணங்களைப் பட்டியலிடுங்கள்.
2. ஒரு பொருளை உங்கள் போட்டியாளர்களிடமிருந்து வாங்குவதற்கு பதிலாக உங்களிடமிருந்து வாங்கும்போது உங்கள் வாடிக்கையாளர்களுக்குக் கிடைக்கக்கூடிய இரண்டு பலன்கள் அல்லது மேம்பாடுகளைப் பட்டியலிடுங்கள்.

அத்தியாயம் எட்டு

ஆற்றல்மிக்க விற்பனை உத்தி ஒன்றை உருவாக்கிக் கொள்ளுங்கள்

விற்பனைத் துறையில் உச்ச நிலையை அடைந்துள்ளவர்கள் நீண்டகாலச் சிந்தனையில் ஈடுபடும் பழக்கத்தைக் கொண்டுள்ளனர். ஒவ்வொரு நாளும் தங்களைச் சுற்றி நிகழ்ந்து கொண்டிருப்பவற்றுக்குச் செயல்விடை அளிப்பதற்கும் எதிர்வினையாற்றுவதற்கும் பதிலாக, படைத் தளபதி ஒருவர் எப்படி ஒரு போர்க்களத்தை ஆய்வு செய்வாரோ, அதேபோலச் சந்தையை அவர்கள் ஆய்வு செய்கின்றனர்.

வெற்றிகரமான விற்பனையாளர்கள் முதலில் தங்கள் விற்பனைப் பொருள் குறித்த அனைத்து விபரங்களையும் துல்லியமாக அறிந்துள்ளனர். தங்கள் வாடிக்கையாளர்களின் தொழில்வாழ்க்கையை அல்லது தனிப்பட்ட வாழ்க்கையை மேம்படுத்துவதற்குத் தங்கள் போட்டியாளர்களின் பொருட்களைவிடத் தங்களுடைய பொருளால் எதைச் சிறப்பாகச் செய்ய முடியும் என்பதையும் அவர்கள் தெளிவாக அறிந்துள்ளனர்.

சந்தையை அவர்கள் ஆய்வு செய்யும்போது, தாங்கள் விற்றுக் கொண்டிருக்கும் பொருளை யார் வாங்கிப் பயன்படுத்தி மகிழுவார்கள் என்பதைப் பற்றிய தெளிவை அவர்கள் பெறுகின்றனர்.

விற்பனை உத்தியின் நான்கு தூண்கள்

ஒரு வெற்றிகரமான விற்பனை உத்தியில் நான்கு முக்கியக் கோட்பாடுகள் உள்ளடங்கியுள்ளன:

1. உங்களுடைய தனிச்சிறப்புமிக்கப் பொருள் எது என்பதைக் கண்டறிதல்

உங்களிடம் பல விற்பனைப் பொருட்கள் இருக்கலாம். அவை பல்வேறு அளவுகளையும் வடிவங்களையும் கொண்டவையாக இருக்கலாம். ஆனால் நீங்கள் வெற்றிகரமாகத் திகழ வேண்டும் என்றால், தனிச்சிறப்புக் கொண்ட ஒரே ஒரு பொருளை அல்லது வெகுசில பொருட்களை மட்டுமே நீங்கள் விற்க வேண்டும். அவற்றை நீங்கள் ஒரு மேன்மையான விதத்தில் விற்பனை செய்ய வேண்டும். உங்களால் எல்லாவற்றையும் விற்க முடியாது. எனவே, ஒருசில பொருட்களை விற்பதில் நீங்கள் திறமை பெற வேண்டும். நீங்கள் எந்தப் பொருட்கள்மீது கவனம் செலுத்த விரும்புகிறீர்கள்?

வாடிக்கையாளர்களாக ஆவதற்குச் சாத்தியமுள்ளவர்களால் இவ்வுலகம் நிரம்பி வழிகிறது என்பது உண்மைதான், ஆனால் அவர்கள் எல்லோரும் உங்களுடைய வாடிக்கையாளர்களாக ஆவதற்குச் சாத்தியமுள்ளவர்கள் அல்லர். எனவே, எந்தப் பொருட்களை நீங்கள் விற்பனை செய்யப் போகிறீர்கள் என்பதைத் தீர்மானித்தப் பிறகு, அடுத்து நீங்கள் செய்ய வேண்டியது, அவற்றை எந்த வகையான வாடிக்கையாளர்களிடம் நீங்கள் விற்பனை செய்யப் போகிறீர்கள் என்பதைத் தீர்மானிப்பதுதான். கல்வித் தகுதி, பின்புலம், அனுபவம், உலகத்தைப் பற்றிய கண்ணோட்டம், வாழ்க்கைமுறை, ஆடை அலங்காரம் போன்ற அனைத்திலும் உங்களை ஒத்திருக்கின்ற மக்களிடம் விற்பனை செய்வது உங்களுக்கு எப்போதும் அதிக சௌகரியமாக இருக்கும். நீங்கள் யாருடன் இருப்பதில் சௌகரியமாக உணருகிறீர்களோ,

யார் உங்களோடு இருப்பதில் சௌகரியமாக உணருகிறார்களோ, அவர்கள்தான் உங்களுக்கு ஏற்ற வாடிக்கையாளர்கள்.

நீங்கள் எந்தப் பகுதியில் வேலை செய்யப் போகிறீர்கள் என்பதையும் நீங்கள் தேர்ந்தெடுத்துக் கொள்ளலாம். எனக்குத் தெரிந்த சிறந்த விற்பனையாளர் ஒருவர், ஐபிஎம் நிறுவனத்தில் விற்பனையாளர் வேலையை விட்டுவிட்டு வீடுமனை விற்பனையில் இறங்கினார். அவர் வேலை செய்த அலுவலகம் இருந்த இடத்திலிருந்து ஐந்து நிமிடங்கள் நடந்து சென்றடையக்கூடிய தூரத்திற்குள் இருந்த பகுதிகள்மீது மட்டும் அவர் கவனம் செலுத்தினார். ஐந்து நிமிட தூரத்திற்குள் ஏகப்பட்ட அலுவலகக் கட்டடங்களும் வீடுகளும் இருந்தன. அவர் இவ்வாறு ஒரு குறிப்பிட்டப் பகுதியின்மீது தீவிரக் கவனம் செலுத்தி வேலை செய்ததால், மற்ற விற்பனையாளர்கள் தங்கள் தொழிலில் மிகவும் போராடிக் கொண்டிருந்தபோது, அவர் மட்டும் முதல் வருடத்திலேயே இரண்டு லட்சம் டாலர்கள் பணத்தைக் கமிஷனாகச் சம்பாதித்தார்.

எனவே, ஒரு குறிப்பிட்ட விற்பனைப் பொருளையும், ஒரு குறிப்பிட்ட வகையான வாடிக்கையாளரையும், ஒரு குறிப்பிட்டப் பகுதியையும் நீங்கள் தேர்ந்தெடுத்துச் செயல்படலாம். விற்பனை உத்தியில் முதல் கட்டம் இதுதான்.

2. உங்களுடைய விற்பனைப் பொருளை மற்றவற்றிடமிருந்து வேறுபடுத்திக் காட்டுதல்

எந்தப் பொருளை விற்பதில் நீங்கள் திறமையை வளர்த்துக் கொள்ளப் போகிறீர்கள் என்பதைத் தீர்மானித்தப் பிறகு, யார் உங்களுடைய பொருட்களை வாங்குவார்கள் என்பதை ஆய்வு செய்து தீர்மானியுங்கள்.

நீங்கள் விற்கின்ற ஒரு பொருளை உங்களுடைய போட்டியாளர்களும் விற்றுக்கொண்டிருப்பர். ஒரு வாடிக்கையாளர் அப்பொருளை வாங்கத் தீர்மானிக்கும்போது, உங்கள் பொருளை வாங்குவதா அல்லது உங்கள் போட்டியாளர்களில் ஒருவருடைய பொருளை வாங்குவதா என்பதை ஒரே ஒரு விஷயத்தின் அடிப்படையில்தான் தீர்மானிக்கிறார். ஒரு பொருளை ஒரு குறிப்பிட்ட நிறுவனத்திடமிருந்து வாங்குவதால் தனக்கு என்ன

நன்மை கிடைக்கும் அல்லது அனுகூலம் கிடைக்கும் என்று அவர் பார்க்கிறார். உங்கள் பொருளால் எத்தகைய கூடுதல் மதிப்பையும் அனுகூலத்தையும் அவருக்குக் கொடுக்க முடியும் என்பதைத் தீர்மானித்து, எந்த வகையான வாடிக்கையாளர்கள் அந்தக் கூடுதல் மதிப்பையும் அனுகூலத்தையும் விரும்புவர் என்பதையும் கண்டுபிடிப்பதுதான் உங்கள் வேலை.

உங்கள் பொருளைப் பற்றிய அனைத்து விபரங்களையும் நீங்கள் துல்லியமாக அறிந்திருப்பதும் உங்களை மற்ற விற்பனையாளர்களிடமிருந்து வேறுபடுத்திக் காட்டும். தங்களிடம் விற்பனை செய்யும் நபர் தன்னுடைய விற்பனைப் பொருளைப் பற்றி முழுமையாக அறிந்து வைத்திருக்கிறார் என்ற நம்பிக்கை உங்கள் வாடிக்கையாளர்களுக்கு ஏற்படும்போதுதான் அவர்கள் உங்களிடமிருந்து வாங்கத் தீர்மானிக்கின்றனர்.

உங்கள் விற்பனைத் திறமை எவ்வளவு உயர்வாக இருக்கிறது என்பதன் அடிப்படையிலும் உங்களை மற்றவர்களிடமிருந்து உங்களால் வேறுபடுத்திக் காட்ட முடியும். தங்கள் விற்பனையாளர்களுக்குத் தாங்கள் கொடுக்கின்ற பயிற்சியின் தரம் விற்பனைச் சந்தையில் அவர்களுடைய வெற்றியைத் தீர்மானிப்பதில் பெரும் பங்கு வகிப்பதைப் பெரிய நிறுவனங்களும் தலைசிறந்த நிறுவனங்களும் நெடுங்காலத்திற்கு முன்பே கற்றுக் கொண்டன.

3. வகைப் பிரித்தல்

எந்த வகையான வாடிக்கையாளர்கள் நீங்கள் வழங்குகின்ற பொருட்களிலிருந்து அதிகமாகப் பயனடைவார்கள்? உங்களுடைய கச்சிதமான வாடிக்கையாளர் எப்படி இருப்பார் என்று விபரமாக எழுதிக் கொள்ளுங்கள். அவருடைய வயது, கல்வித் தகுதி, பதவி, குடும்ப நிலை, தற்போதைய வாழ்க்கைமுறை ஆகியவற்றைப் பற்றி விளக்கமாக எழுதிக் கொள்ளுங்கள்.

உங்களுடைய கச்சிதமான வாடிக்கையாளரின் மனத்தில் என்ன ஓடிக் கொண்டிருக்கிறது என்பதை ஆய்வு செய்யுங்கள். அவருடைய பயங்கள், நம்பிக்கைகள், ஆழ்விருப்பங்கள், பிரச்சனைகள், இலக்குகள், எதிர்கால நோக்கங்கள் ஆகியவற்றைக் கண்டுபிடியுங்கள். உங்கள் வரையறைக்குப் பொருந்துகின்ற

அதிகமான வாடிக்கையாளர்களைத் தேடுங்கள். எவையெல்லாம் சேர்ந்து ஒருவரைக் கச்சிதமான வாடிக்கையாளராக ஆக்குகின்றன என்பதை நீங்கள் தெளிவாக அறியும்போது, நீங்கள் அவர்களை அதிக எண்ணிக்கையில் கண்டுபிடிப்பீர்கள். அவர்களிடம் உங்கள் பொருளை விற்பனை செய்வது உங்களுக்கு அதிக எளிதான செயலாக இருக்கும்.

4. ஒருமித்த கவனம் செலுத்துதல்

யார் உங்கள் பொருட்களை வாங்குவார்களோ, யார் அவற்றுக்கு விரைவாகப் பணம் செலுத்துவார்களோ, யார் அவற்றின் சிறப்பு அம்சங்களையும் அவை வழங்குகின்ற அனுகூலங்களையும் பெரிதும் மெச்சுவார்களோ, அவர்களிடம் உங்கள் பொருட்களை விற்பனை செய்வதன்மீது நீங்கள் ஒருமித்த கவனம் செலுத்த வேண்டும். அதிக வேகமாகவும் அதிகச் சுலபமாகவும் அதிக எண்ணிக்கையில் பொருட்களை விற்பதற்கு உங்கள் விற்பனை ஆற்றலை நீங்கள் எதன்மீது ஒன்றுகுவிக்க வேண்டும்?

ஒருமித்த கவனக்குவிப்பு மிகச் சிறந்த வெகுமதிகளைக் கொண்டுவருகிறது

என் சொந்த அனுபவத்திலிருந்து நான் ஓர் எடுத்துக்காட்டை உங்களுக்குக் கொடுக்க விரும்புகிறேன். என் நண்பர் ஒருவர் தன்னுடைய கல்லூரிப் படிப்படை முடித்தப் பிறகு, ஒரு காப்பீட்டுத் தொழிற்துறையில் சேர்ந்து வேலை செய்யத் தீமானித்தார். அவர் அந்த வேலைக்கான பயிற்சியை முழுமையாக முடித்துவிட்டுத் தன்னுடைய உரிமத்தைப் பெற்றவுடன், தன்னிடம் காப்பீடுகளை வாங்கச் சாத்தியமிருந்த பல்வேறு வகையான மக்களை அவர் தொடர்பு கொள்ளத் தொடங்கினார்.

ஆயுட்காப்பீட்டையும் நிதித் திட்டமிடுதலையும் பற்றிய நல்ல தேர்ந்தெடுப்புகளையும் தீர்மானங்களையும் மேற்கொள்ளுவதற்குத் தேவையான நேரமோ அல்லது தகவலறிவோ இல்லாத, தொடர்ந்து மிக உயர்வான சம்பளம் வாங்குகின்ற நபர்களே தங்களுடைய கச்சிதமான வாடிக்கையாளர்கள் என்பதை அவர் உணர்ந்தார்.

பிற முகவர்களும் இதே சிந்தனையைக் கொண்டிருந்ததை என் நண்பர் கண்டறிந்தார். வழக்கறிஞர்கள், கட்டடக்கலை வல்லுனர்கள், பொறியாளர்கள், மருத்துவர்கள், தொழிலதிபர்கள் ஆகியோரிடமே எல்லா முகவர்களும் தங்கள் காப்பீடுகளை விற்க முயற்சித்துக் கொண்டிருந்தனர். மீன்கள் இருக்கின்ற இடத்தில் மீன் பிடிக்க வேண்டும் என்பதுதானே உண்மை?

ஆனால், இந்தக் கூட்டத்திலிருந்து தன்னைத் தனித்துக் காட்டுவதென்று அவர் தீர்மானித்தார். ஒரு குறிப்பிட்ட வகையான காப்பீட்டை ஒரு குறிப்பிட்ட வகையான வாடிக்கையாளர்களுக்கு வழங்குவதில் தான் சிறப்புற அவர் முடிவு செய்தார். ஆயுட்காப்பீடு, சொத்து நிர்வாகம் தொடர்பாகத் திட்டமிடுதல் ஆகிய இரண்டு விஷயங்களையும் அவர் தேர்ந்தெடுத்தார். பொது மருத்துவர்கள், பல் மருத்துவர்கள் மற்றும் பிற மருத்துவ நிபுணர்களின்மீது கவனம் செலுத்த அவர் தீர்மானித்தார்.

பிறகு, மற்ற விற்பனையாளர்களிடம் இருந்து தன்னைத் தனித்துவப்படுத்திக் காட்டிக் கொள்ளுவதற்காக மருத்துவத் துறையில் அவர் ஒரு நிபுணராக ஆகத் தன்னை அர்ப்பணித்துக் கொண்டார். அவர் பல மருத்துவர்களைப் பேட்டி கண்டார், மருத்துவக் கழகச் சந்திப்புக்கூட்டங்களில் கலந்து கொண்டார், மருத்துவ இதழ்களைப் படித்தார். இறுதியில், மருத்துவர்களின் பொருளாதாரத் தேவைகளையும் பிரச்சனைகளையும் பற்றி அவர் முழுமையாகத் தெரிந்து கொண்டார்.

இரண்டு ஆண்டுகளில், மருத்துவத் துறையைச் சேர்ந்த அனைவருக்கும் நிதித் திட்டமிடுதல் மற்றும் காப்பீடுகள் விஷயத்தில் தான்தான் மிகவும் அறிவார்ந்தவர் என்ற நற்பெயரை அவர் சம்பாதித்தார். மருத்துவக் கருத்தரங்குகளில் பேசுவதற்கும் பயிலரங்குகளை நடத்தவும் அவர் அழைக்கப்பட்டார். மருத்துவத் துறையினர் எதிர்கொண்டிருந்த சில குறிப்பிட்டப் பிரச்சனைகளைப் பற்றியும், அவர்கள் தங்களுடைய பொருளாதார வாழ்க்கையை ஒழுங்கமைத்துக் கொள்ளுவதற்கான மிகச் சிறந்த வழிகளைப் பற்றியும் அவர் பேசினார்.

ஐந்து ஆண்டுகளுக்குள், உலகின் மிகச் சிறந்த காப்பீட்டு முகவர்களில் ஒருவராக அவர் வளர்ந்தார். வெறும் கமிஷன் மூலமாக ஆண்டொன்றுக்குப் பத்து லட்சம் டாலர்களுக்கு

அதிகமாக அவர் சம்பாதித்தார். இந்த அத்தியாயத்தில் நாம் பார்த்த, வெற்றிகரமான விற்பனைக்கு உதவுகின்ற அந்த நான்கு முக்கிய அம்சங்களை அவர் ஒழுங்குடன் கடைபிடித்து வெற்றி பெற்றார்.

செய்முறைப் பயிற்சிகள்

1. எந்தப் பொருளை விற்பதில் நீங்கள் நிபுணத்துவம் பெற்றுள்ளீர்கள்? அப்பொருளை ஒருவர் உங்களிடமிருந்து வாங்கினால் அதிலிருந்து அவருக்குக் கிடைக்கக்கூடிய மிக முக்கியமான பலன்கள் என்னவாக இருக்கும்?
2. உங்களுடைய விற்பனைப் பொருளைப் பெரிதும் மெச்சுகின்ற உங்களுடைய கச்சிதமான வாடிக்கையாளர் எப்படி இருப்பார்? அவர் எத்தகைய பண்புநலன்களையும் குணாம்சங்களையும் கொண்டிருப்பார்?

வாடிக்கையாளர்களாக ஆக வாய்ப்புள்ளவர்களைத் திறம்படக் கையாளுங்கள்

உங்களுடைய பொருளை வாங்கக்கூடிய புதிய நபர்களைக் கண்டுபிடிப்பது விற்பனைச் செயல்முறையின் மிக முக்கியமான பகுதியாகும். உங்கள் பொருள் யாருக்குத் தேவைப்படுகிறதோ, யாருக்கு அது விருப்பமானதாக இருக்கிறதோ, யார் அப்பொருளைப் பணம் கொடுத்து வாங்கத் தயாராக இருக்கிறார்களோ, அவர்களைக் கண்டுபிடிப்பதற்கான உங்கள் திறன்தான் உங்கள் வெற்றிக்கான திறவுகோலாகும்.

மக்கள் விலை கொடுத்து வாங்குவது பொருட்களை அல்ல, விளைவுகளைத்தான்

மக்கள் ஒருபோதும் பொருட்களை வாங்குவதில்லை. அப்பொருட்கள் வழங்குகின்ற விளைவுகள் அல்லது

நன்மைகளையே அவர்கள் விலை கொடுத்து வாங்குகின்றனர். உங்கள் பொருளை வாங்குவதன் விளைவாகத் தங்களுக்கு எந்த மாற்றமும் மேம்பாடும் கிடைக்கும் என்று அவர்கள் எதிர்பார்க்கிறார்களோ, அந்த மாற்றத்தையோ அல்லது மேம்பாட்டையோதான் அவர்கள் வாங்குகின்றனர். உங்களுடைய விற்பனைப் பொருளைப் பயன்படுத்துவதன் மூலம் ஒரு வாடிக்கையாளருக்குக் கிடைக்கக்கூடிய அனைத்து நன்மைகளையும் ஒரு பட்டியலிடுவதிலிருந்து துவக்குங்கள்.

ஏராளமான நன்மைகள் இருந்தால், முன்னுரிமைப்படி அவற்றை வரிசைப்படுத்துங்கள். பிறகு, அவற்றில் ஒரு வாடிக்கையாளருக்குக் கிடைக்கக்கூடிய தனிப்பெரும் நன்மை எது என்பதைத் தீர்மானியுங்கள். மேலும், உங்கள் விற்பனைப் பொருள் ஏராளமான நன்மைகளை உள்ளடக்கியிருந்தால், அவற்றில் ஒவ்வொரு நன்மையும் ஒரு வித்தியாசமான வகையான வாடிக்கையாளரைக் கவரக்கூடும்.

உங்கள் பொருளை உடனடியாக வாங்கக்கூடிய கச்சிதமான நபர் எப்படி இருப்பார் என்பதை நீங்கள் வரையறுக்க வேண்டியதுதான் சரியான வாடிக்கையாளர்களைக் கண்டுபிடிப்பதில் நீங்கள் மேற்கொள்ள வேண்டிய அடுத்த நடவடிக்கையாகும். இதற்கு, உங்கள் விற்பனைப் பொருளை ஒன்றிலிருந்து நான்கு வெவ்வேறு வழிகளில் நீங்கள் வரையறுக்க வேண்டியது அவசியமாகும்.

உங்கள் பொருளால் எத்தகைய பிரச்சனையைத் தீர்க்க முடியும்?

உங்களுடைய கச்சிதமான வாடிக்கையாளருடைய எந்த மாதிரியான பிரச்சனையை உங்கள் விற்பனைப் பொருளால் தீர்க்க முடியும்? அதாவது, உங்கள் பொருளால் தீர்க்கப்படக்கூடிய ஒரு பிரச்சனையைக் கொண்டுள்ள, அந்தத் தீர்வுக்காகப் பணம் கொடுக்கத் தயாராக இருக்கின்ற ஒருவரை நீங்கள் தேடுகிறீர்கள். வாடிக்கையாளர்களாக ஆவதற்குச் சாத்தியமுள்ளவர்களிடம் நல்ல கேள்விகளைக் கேட்டு, அவற்றுக்கான பதில்களை கவனமாகக் காதுகொடுத்துக் கேட்பதன் மூலம் அவர்களுடைய பிரச்சனைகளை உங்களால் கண்டுபிடிக்க முடியும்.

பிரச்சனைகளை மூன்று வகைகளாகப் பிரிக்கலாம். முதல் வகைப் பிரச்சனைகள் வெளிப்படையானவையாகவும் தெளிவாகவும் இருக்கின்றன. தனக்கு ஒரு பிரச்சனை இருக்கிறது என்பதை ஒரு வாடிக்கையாளர் அறிந்திருக்கிறார். அது என்ன பிரச்சனை என்பதையும் அவர் அறிந்திருக்கிறார்.

இரண்டாவது வகைப் பிரச்சனைகள், வெளிப்படையாகத் தெரியாதவையாகவும் தெளிவற்றவையாகவும் இருக்கின்றன. உங்களுடைய வாடிக்கையாளர் ஒருவருக்கு ஒரு பிரச்சனை இருக்கிறது, ஆனால் அது என்னவென்று அவருக்குத் தெரியவில்லை. அதனால் அதைத் தீர்க்க என்ன செய்ய வேண்டும் என்பது குறித்தத் தெளிவு அவருக்கு இல்லை. தங்களுக்கு ஒரு பிரச்சனை இருப்பதை அறியாத வாடிக்கையாளர்களிடம் அதைச் சுட்டிக்காட்டி, அதிகச் செலவில்லாமல் அதைத் தீர்ப்பதற்கான ஒரு வழியை உங்களால் அவர்களுக்குக் காட்ட முடியும்.

மூன்றாவது வகைப் பிரச்சனை, இல்லாத ஒரு பிரச்சனைதான். பல சமயங்களில், நீங்கள் ஒரு வாடிக்கையாளரைச் சந்திக்கும்போது, அவருக்கு எந்தப் பிரச்சனையும் இல்லை என்பதை நீங்கள் கண்டறிவீர்கள். நீங்கள் விற்றுக் கொண்டிருக்கின்ற பொருள் அவருக்குத் தேவையில்லை. அவருடைய வாழ்க்கை எந்தப் பிரச்சனையும் இல்லாமல் சுமூகமாகப் போய்க் கொண்டிருக்கிறது.

வாடிக்கையாளர்களின் முக்கியத் தேவையைக் கண்டுபிடியுங்கள்

தங்களுடைய ஒரு தேவை நிறைவேறப் பெற்றிராத வாடிக்கையாளர்களைத் தேடுங்கள். தேவைகள்தான் வாங்குவதற்கான விருப்பத்தையும் செயலையும் தூண்டுகின்றன. பலருக்குத் தேவைகள் இருக்கின்றன, ஆனால் தங்கள் தேவைகளை நிறைவேற்றக்கூடிய ஒரு பொருளை நீங்கள் விற்றுக் கொண்டிருக்கிறீர்கள் என்பது அவர்களுக்குத் தெரியாது. அதனால்தான், விற்பனை நிமித்தமாக நீங்கள் அவர்களை அணுகும்போது, துவக்கத்தில், “எனக்கு உங்கள் பொருள்மீது ஆர்வமில்லை,” என்ற ரீதியில் அவர்கள் பேசுகின்றனர்.

துல்லியமாக வாடிக்கையாளர்களின் எந்தத் தேவையை உங்கள் பொருள் நிறைவேற்றுகிறது?

அவர்களுடைய இலக்குகளைக் கண்டுபிடியுங்கள்

தாங்கள் அடைந்திராத ஓர் இலக்கு வாடிக்கையாளர்களிடம் இருக்கும். உடல் எடையைக் குறைத்தல், பொருளாதாரச் சுதந்திரம், அதிக வருவாய், வேலையில் வேகமான பதவி உயர்வு போன்ற எதுவாக வேண்டுமானாலும் அது இருக்கலாம். ஒரு வாடிக்கையாளர் துல்லியமாக எந்த இலக்கை அடைவதற்கு உங்களுடைய விற்பனைப் பொருளால் அவருக்கு உதவ முடியும்?

வாடிக்கையாளர்களிடம் அவர்களுடைய நீண்டகால இலக்குகளைப் பற்றிக் கேள்விகள் கேட்பது ஒரு நல்ல உத்தி. தாங்கள் அடைய விரும்புகின்ற இலக்குகள் குறித்து மக்கள் எவ்வளவு அதிகத் தெளிவுடன் இருக்கின்றனரோ, அவர்கள் அவ்வளவு சிறந்த வாடிக்கையாளர்களாக இருப்பர், உங்களிடமிருந்து வேகமாக உங்கள் பொருளை வாங்குவர். அதிகச் செலவில்லாமல் அவர்கள் தங்களுடைய இலக்குகளை அடைய உங்கள் விற்பனைப் பொருளால் அவர்களுக்கு உதவ முடிய வேண்டும், அவ்வளவுதான்.

எது வேதனையளிக்கிறது?

உங்களுடைய விற்பனைப் பொருள் ஒரு வாடிக்கையாளருடைய வேதனையையோ, கவலையையோ, அல்லது மன அழுத்தத்தையோ போக்க வல்லதாக இருக்கக்கூடும். எனவே, "இரவில் எது உங்களைத் தூங்கவிடாமல் தொந்தரவு செய்கிறது?" என்ற ஓர் எளிய கேள்வியை அவரிடம் கேளுங்கள். அவர் கூறும் பதில், விற்பனைக்கான ஏராளமான வாய்ப்புகளைக் கட்டவிழ்த்துவிடும்.

கி.மு. 5000ம் ஆண்டில் பண்டைய சுமேரியச் சந்தைகள் நிலவிய காலத்தில் தொடங்கி இன்றுவரை வாடிக்கையாளர்கள் ஒரே ஒரு விஷயத்தை மட்டுமே எப்போதும் விலை கொடுத்து வாங்கி வந்துள்ளனர். 'மேம்பாடு'தான் அது.

நீங்கள் விற்பனை செய்கின்ற பொருள் உங்கள் வாடிக்கையாளரின் வாழ்க்கையிலோ அல்லது வேலையிலோ என்ன மேம்பாட்டைக் கொண்டுவரும்? உங்கள் பொருள் தன் வாழ்க்கையை அல்லது வேலையை மேம்படுத்தும் என்ற நம்பிக்கையுடனும் எதிர்பார்ப்புடனும்தான் அவர் அதை வாங்குகிறார். எனவே, உங்கள் பொருள் என்ன நன்மையையும் மேம்பாட்டையும் கொடுக்கும் என்பது குறித்து நீங்கள் தெளிவாக அறிந்திருக்க வேண்டும். அந்த நன்மையையும் மேம்பாட்டையும் நீங்கள் உங்கள் வாடிக்கையாளரிடமும் தெளிவாக எடுத்துரைக்க வேண்டும்.

நிறுவனங்களிடம் விற்பனை செய்தல்

நீங்கள் ஒரு நிறுவனத்திடம் விற்பனை செய்யும்போது, அவர்களுடைய தேவைகள் எளிமையானவையாக இருக்கின்றன. ஒன்று, அவர்கள் தங்கள் விற்பனையையும் லாபத்தையும் அதிகரிக்க விரும்புகின்றனர், அல்லது தங்கள் தயாரிப்புச் செலவுகளையும் மற்றச் செலவுகளையும் குறைக்க விரும்புகின்றனர். பணத்தையும் நேரத்தையும் அவர்கள் சேமிக்க விரும்புகின்றனர் அல்லது மிச்சப்படுத்த விரும்புகின்றனர். தாங்கள் வியாபாரம் செய்யும் விதத்தை ஏதோ ஒரு வழியில் அவர்கள் மேம்படுத்த விரும்புகின்றனர்.

அவர்கள் உங்களிடமிருந்து ஒரு பொருளை வாங்குவதற்கு முன்பாக, உங்கள் பொருளின் விலைக்கும் உங்கள் பொருளை வாங்குவதால் தங்களுக்குக் கிடைக்கக்கூடிய பொருளாதார நன்மைகளுக்கும் இடையேயான வேறுபாட்டைக் கொண்டுதான் உங்கள் பொருளின் மதிப்பையும் தாங்கள் அதற்கு என்ன விலையைக் கொடுக்கத் தயாராக இருக்கிறோம் என்பதையும் அவர்கள் தீர்மானிக்கின்றனர்.

நீங்கள் அவர்களிடம் போதுமான கேள்விகள் கேட்டு, அவர்கள் கூறும் பதில்களை கவனமாகச் செவிமடுத்தால், உங்கள் பொருள்தான் இக்கணத்தில் அவர்களுக்கு மிகவும் தேவையானது என்று நீங்கள் அவர்களை ஒப்புக் கொள்ள வைக்க உதவக்கூடிய அனைத்து விஷயங்களையும் அவர்களே உங்களிடம் கூறுவார்கள்.

நூறு சந்திப்புகள் வழிமுறை

ஒருவர் உங்களுடைய வாடிக்கையாளராக ஆவதற்கு வாய்ப்புள்ளதா என்பதைக் கண்டறிந்து அவரை உங்களுடைய வாடிக்கையாளராக ஆக்கிக் கொள்ள முதலில் நீங்கள் அவரை நேரில் சந்தித்தாக வேண்டும். ஆனால், அவர் உங்களை நிராகரித்துவிடுவாரோ என்ற பயத்தில் நீங்கள் அவரைச் சந்திப்பதைத் தவிர்க்கக்கூடும். நிராகரிப்புக் குறித்த இந்த பயம், விற்பனையில் நீங்கள் எதிர்கொள்ளக்கூடிய மிகப் பெரிய சவால்களில் ஒன்று. இந்த பயத்திலிருந்து விடுபடுவதற்கு ஓர் எளிய உத்தி இருக்கிறது. நான் அதை 'நூறு சந்திப்புகள் வழிமுறை' என்று அழைக்கிறேன். இன்றே அதைப் பயன்படுத்த உறுதி பூணுங்கள்.

இந்த வழிமுறையின்படி, நீங்கள் உடனடியாக வெளியே சென்று, வாடிக்கையாளர்களாக ஆவதற்குச் சாத்தியமுள்ள புதிய நபர்கள் நூறு பேரை உங்களால் இயன்ற அளவு வேகமாகச் சந்திக்க வேண்டும். அவர்கள் உங்களிடமிருந்து வாங்குகிறார்களா இல்லையா என்பதைப் பற்றி இப்போது நீங்கள் கவலைப்பட வேண்டியதில்லை. நீங்கள் எத்தனைப் பேரைச் சந்திக்கிறீர்கள் என்பதன்மீதுதான் உங்கள் கவனம் இருக்க வேண்டும். உங்களால் அவர்களிடம் விற்க முடிகிறதா இல்லையா என்பது இங்கு ஒரு பொருட்டல்ல.

உங்கள் பொருளை விற்பது குறித்து நீங்கள் அதிகமாக மன அழுத்தமோ அல்லது கவலையோ கொள்ளாமல் வெறுமனே உங்கள் விற்பனை முயற்சியில் ஈடுபடும்போது, நீங்கள் ஓர் ஆற்றல்மிக்க விற்பனையாளராக ஆகிறீர்கள்.

நூறு சந்திப்பு வழிமுறையை நீங்கள் உங்கள் வாழ்வில் செயல்படுத்தி, உங்களால் முடிந்த அளவு வேகமாக நூறு நபர்களைச் சந்திக்கும்போது, நிராகரிப்புக் குறித்த பயம் உங்களிடம் இருந்து முற்றிலுமாகக் காணாமல் போயிருக்கும். எந்தவொரு நேரத்திலும் எந்தவொரு நபரையும் பயமின்றி உங்களால் சந்திக்க முடியும். உங்களுடைய ஒவ்வொரு சந்திப்பும் நீங்கள் ஒரு விற்பனையை வெற்றிகரமாக நிறைவேற்றுவதை நோக்கி உங்களை ஓரடி அருகே அழைத்துச் செல்லுவதால்,

உங்கள் விற்பனைத் தொழிலில் புதிய வாடிக்கையாளர்களைச் சந்திப்பதை நீங்கள் ஆவலோடு எதிர்பார்ப்பீர்கள்.

செய்முறைப் பயிற்சிகள்

1. உங்களுடைய கச்சிதமான வாடிக்கையாளர்களை அடையாளம் கண்டுகொள்ளுங்கள். அவர்களுடைய எந்தப் பிரச்சனை, தேவை, அல்லது இலக்கு அவர்களை உங்களிடமிருந்து வாங்க வைக்கும் என்பதையும் கண்டறியுங்கள்.
2. வாடிக்கையாளர்களாக ஆவதற்குச் சாத்தியமுள்ளவர்களை நேரில் சந்திப்பதற்கான நேரத்தை இரட்டிப்பாக்கிக் கொள்ளுவதற்கும், தினமும் அவர்களோடு அதிக நேரம் செலவிடுவதற்கும் இன்றே உறுதி பூணுங்கள்.

வாடிக்கையாளர்களாக ஆக வாய்ப்புள்ளவர்களை வாடிக்கையாளர்களாக மாற்றுங்கள்

உங்கள் பொருளை வாங்க முடியாத அல்லது வாங்க விருப்பமில்லாதவர்களுடன் அளவுக்கதிகமான நேரத்தைச் செலவிடுவது விற்பனைத் தொழிலில் உங்கள் நேரத்தை வீணாக்குகின்ற மிகப் பெரிய காரணிகளில் ஒன்று. தொலைபேசி வழியாகவோ அல்லது நேரடியாக உரையாடுவதன் மூலமாகவோ, உங்களிடம் பேசிக் கொண்டிருக்கும் நபர் உங்கள் பொருளை வாங்குவாரா மாட்டாரா என்பதைக் கணிப்பதற்கான உங்கள் திறன் உங்களுக்கு ஏராளமான நேரத்தை மிச்சப்படுத்திக் கொடுப்பதோடு, உங்கள் வருவாயையும் கணிசமாக அதிகரிக்கும்.

இன்று ஐயாயிரத்திற்கும் அதிகமான விளம்பரங்கள் ஏதோ ஒரு வடிவத்தில் தினமும் மக்களை வந்தடைந்து அவர்களைத் திணறடிக்கின்றன. “என்னை வாங்குங்கள்! என்னை வாங்குங்கள்!” என்று அவை அவர்களை நச்சரிக்கின்றன.

வாடிக்கையாளர்களின் கவனத்தைக் கவருங்கள்

வாடிக்கையாளர்களுடைய கவனம்தான் இன்று விற்பனைத் தொழிலில் உள்ள மிக அரிய வளமாகும். நீங்கள் ஒரு பொருளை விற்பதற்கான வாய்ப்பு உங்களுக்குக் கிடைக்க வேண்டும் என்றால், உங்கள் வாடிக்கையாளர்களின் கவனத்தை உங்கள் பக்கம் ஈர்க்க வேண்டியதும், நீங்கள் கூறுவதை அவர்கள் உன்னிப்பாகக் காதுகொடுத்துக் கேட்கும்படி செய்வதும் இன்றியமையாதவையாகும்.

முடிந்தபோதெல்லாம், உங்கள் வாடிக்கையாளரின் கவனத்தைக் கவரக்கூடிய ஒரு வலிமையான கேள்வியுடன் உங்கள் விற்பனை உரையாடலைத் துவக்குங்கள். அவர் உங்கள் பொருளை வாங்குவாரா மாட்டாரா என்பதைத் துவக்கத்திலேயே நீங்கள் கண்டறிவதற்கு உதவக்கூடியதாக உங்கள் கேள்வி அமைந்திருக்கும்படி பார்த்துக் கொள்ளுங்கள். ஆமாம் என்ற பதிலை வரவழைக்கின்ற ஒரு கேள்வியைக் கேளுங்கள்.

எடுத்துக்காட்டாக, நீங்கள் நிறுவனங்களிடம் விற்க முயற்சித்துக் கொண்டிருக்கும்போது, "உங்களுக்கு ஏராளமான பணத்தையும் நேரத்தையும் மிச்சப்படுத்திக் கொடுக்கக்கூடிய ஒரு யோசனையைப் பற்றி நீங்கள் தெரிந்து கொள்ள விரும்புகிறீர்களா?" என்று நீங்கள் உங்கள் உரையாடலைத் துவக்கலாம்.

தங்களுடைய நேரத்தையும் பணத்தையும் மிச்சப்படுத்துவதோ அல்லது சேமிப்பதோதான் ஒரு தொழிலில் உள்ளவர்களின் முன்னுரிமையாக இருப்பதால், இந்த வகையான ஒரு கேள்வி உடனடியாக அவர்களுடைய கவனத்தைக் கவரும். ஒரு நிறுவனத்திற்கு நீங்கள் விற்கின்ற பெரும்பாலான பொருட்கள் ஏதோ ஒரு விதத்தில் அவர்களுக்கு ஒரு பொருளாதாரரீதியான அனுகூலத்தைக் கொடுக்கும். அது அவர்களுடைய விற்பனையையும் லாபத்தையும் அதிகரிக்க உதவக்கூடும் அல்லது அவர்களுடைய செலவுகளைக் குறைக்க உதவக்கூடும்.

நீங்கள் வீடுமனை வாங்கல் மற்றும் விற்றல் தொழிலில் ஒரு முகவராக இருந்து, ஒருவரிடம் ஒரு வீட்டை விற்க முயற்சிக்கும்போது, "ஓர் அமைதியான பகுதியில் ஒரு கச்சிதமான

வீட்டை நீங்கள் தேடிக் கொண்டிருக்கிறீர்களா?" என்று நீங்கள் உங்கள் உரையாடலைத் துவக்கலாம்.

வீடு வாங்க விரும்புகின்ற 90 சதவீத மக்களுடைய விருப்பத்தை இக்கேள்வி உள்ளடக்கியுள்ளதால், உங்கள் மூலமாக அந்த வீட்டை வாங்கச் சாத்தியமுள்ள அந்த நபர், "ஆமாம். துல்லியமாக அந்த வகையான ஒரு வீட்டைத்தான் நாங்கள் தேடிக் கொண்டிருக்கிறோம்," என்று கூறுவார்.

எந்தவொரு விற்பனை மேலாளரின் வருமானம் அவருடைய விற்பனைக் குழுவின் வெற்றியால் தீர்மானிக்கப்படுகிறதோ, அந்த மேலாளரிடம் நீங்கள் ஒரு பொருளை விற்க முயற்சிக்கும்போது, "அடுத்த ஆறு மாதங்களிலிருந்து ஒரு வருடத்திற்குள் உங்கள் விற்பனையை இருபதிலிருந்து முப்பது சதவீதம் அதிகரிப்பதற்கான ஒரு வழியைத் தெரிந்து கொள்ள உங்களுக்கு விருப்பமா?" என்று நீங்கள் கேட்கலாம். நான் ஒரு விற்பனையாளராக இருந்தபோது இந்த அணுகுமுறையைப் பல ஆண்டுகளாக நான் பயன்படுத்தினேன்.

"ஆமாம். அது என்ன வழி?" என்பதுதான் எப்போதும் பதிலாக வந்தது.

"அது என்ன?" என்ற பதிலை உங்களுடைய துவக்கக் கேள்வியால் அவர்களிடமிருந்து வரவழைக்க முடியாமல் போனால், நீங்கள் மீண்டும் உங்கள் அலுவலகத்திற்குச் சென்று, குறிப்பிட்ட அந்த பதிலை வரவழைக்கக்கூடிய ஒரு கேள்வியைத் தயாரித்தாக வேண்டும்.

வாடிக்கையாளராக ஆவதற்குச் சாத்தியமுள்ளவர்மீது உங்கள் கவனத்தைக் குவியுங்கள்

வாடிக்கையாளராக ஆவதற்குச் சாத்தியமுள்ள ஒருவரை முதன்முதலாக நீங்கள் சந்திக்கும்போது, உங்கள் கவனம் முழுவதும் அவர்மீது மட்டுமே இருக்கட்டும். நீங்கள் யார், நீங்கள் என்ன செய்கிறீர்கள் ஆகியவற்றைப் பற்றியோ அல்லது உங்கள் நிறுவனத்தைப் பற்றியோ எதுவும் பேசாதீர்கள். இங்கு அவர்தான் முக்கியம். எனவே, அவரைப் பற்றிய கேள்விகளை அவரிடம் கேளுங்கள்.

வாடிக்கையாளர்களை மையமாகக் கொண்ட விற்பனைதான் முறையான விற்பனையாகும். நீங்கள் அவர்களுடைய தேவைகளையும் விருப்பங்களையும் பற்றி மட்டுமே பேசுவதுதான் உங்கள் தொழிலுக்கு அழகு.

கேள்விகள் கேட்பதன் மூலம் வெற்றி பெறுங்கள்

வாடிக்கையாளராக ஆவதற்கு வாய்ப்புள்ள ஒருவரிடமிருந்து உங்களால் எவ்வளவு அதிகத் தகவல்களைப் பெற முடிகிறதோ, அவரை உங்களுடைய வாடிக்கையாளராக ஆக்கிக் கொள்ளுவது உங்களுக்கு அவ்வளவு அதிகச் சுலபமானதாக இருக்கும், அவரிடம் விற்பதும் அவ்வளவு எளிதானதாக இருக்கும். இங்குதான் கேள்விகள் முக்கியத்துவம் பெறுகின்றன. நீங்கள் உங்கள் கேள்விகளை முன்கூட்டியே தீர யோசித்துத் தயாரித்துக் கொள்ள வேண்டும். அவற்றை முறையாக வரிசைப்படுத்திக் கொள்ள வேண்டும். முதலில் பொதுவான கேள்விகளும், பிறகு திட்டவட்டமான கேள்விகளும் வரும்படி உங்கள் கேள்விப் பட்டியலை ஒழுங்கமைத்துக் கொள்ளுங்கள்.

நீங்கள் சந்திக்கின்ற நபர் உங்களுடைய துவக்கக் கேள்விக்கு ஆமாம் என்று பதிலளித்துவிட்டால், அவருடைய தொழிலையும் சந்தையையும் பட்ஜெட்டையும் இன்னும் பிற விஷயங்களையும் பற்றிய கேள்விகளை அவரிடம் கேளுங்கள். எந்த அனுகூலம் அவருக்குக் கிடைக்கும் என்று உங்களுடைய துவக்கக் கேள்வியில் நீங்கள் கூறுகிறீர்களோ, அந்த அனுகூலத்திற்காகத் தன்னைப் பற்றிய மேற்குறிப்பிடப்பட்டத் தகவல்கள் அனைத்தையும் உங்களிடம் பகிர்ந்து கொள்ள அவர் தயாராக இருப்பார்.

முன்னனுமதி பெறப்படாத சந்திப்புகள்

நீங்கள் ஒருவரைச் சந்திப்பதற்கு அவரிடம் முன்னனுமதி பெறாமல் அவருடைய வீட்டிற்கோ அல்லது நிறுவனத்திற்கோ செல்லும்போது, ஒரு பெட்டி நிறைய துண்டுப் பிரசுரங்களையும் உங்கள் விற்பனைப் பொருட்களையும் எடுத்துச் செல்லாதீர்கள். நீங்கள் சந்திக்கும் நபர் ஆர்வம் காட்டினால், நீங்கள் உங்கள்

காருக்குத் திரும்பிச் சென்று, தேவையான பிரசுரங்களையும் விற்பனைப் பொருட்களையும் எடுத்து வந்து, அவரிடம் விளக்கவுரை ஒன்றை நிகழ்த்தலாம். ஆனால், முதலில் கையில் பெட்டி எதையும் நீங்கள் எடுத்துச் செல்லாமல் இருந்தால், அவர் உங்களுடைய விற்பனைப் பேச்சிற்கு அவ்வளவாக எதிர்ப்புக் காட்ட மாட்டார். மாறாக, அவர் விரைவில் உங்களிடம் மனம் திறந்து பேசத் தொடங்குவார்.

உங்களுடைய முதல் சந்திப்பின்போது ஒருபோதும் விற்க முயற்சிக்காதீர்கள். அவரிடமிருந்து தகவல்களைச் சேகரிப்பதன்மீது மட்டுமே கவனம் செலுத்துங்கள். அவரிடம் கேள்விகள் கேட்டு, அவர் கூறும் பதில்களைக் குறிப்பெடுத்துக் கொள்ளுங்கள். பிறகு, அவருக்கு உதவக்கூடிய சில யோசனைகளுடன் நீங்கள் மீண்டும் அவரைச் சந்திப்பதாகக் கூறி அவரிடமிருந்து விடைபெற்றுக் கொள்ளுங்கள். அவருடன் ஒரு தோழமையான உறவை வளர்த்தெடுப்பதன்மீது கவனம் செலுத்துங்கள். உங்கள் முன்னிலையில் அவர் சௌகரியமாக உணர வேண்டியது அவசியம்.

அவர் எவ்வளவு நீண்ட நேரம் ஆசுவாசமாக இருக்கிறாரோ, எவ்வளவு அதிக வெளிப்படையாக அவர் உங்களிடம் பேசுகிறாரோ, காலப்போக்கில் அவர் உங்களுடைய வாடிக்கையாளராக ஆவதற்கான வாய்ப்பு அவ்வளவு அதிகரிக்கிறது.

முக்கியமான நன்மை எது என்பதைக் கண்டறியுங்கள்

உங்கள் விற்பனைப் பொருள் வழங்குகின்ற ஏதோ ஒரு முக்கியமான நன்மை, அப்பொருளை உங்களிடமிருந்து வாங்குவதற்கு ஒவ்வொரு வாடிக்கையாளரையும் தூண்டுகிறது. அதே சமயம், அவர்களை வாங்கவிடாமல் செய்கின்ற ஒரு முக்கியமான பயமோ அல்லது சந்தேகமோ அவர்களிடம் இருக்கும். எந்த நன்மை அவர்கள் உங்களிடமிருந்து வாங்கும்படி செய்யும் என்பதையும், எந்த பயம் வாங்கவிடாமல் அவர்களைத் தடுக்கும் என்பதையும் கண்டுபிடிப்பதுதான் உங்கள் வேலை.

கேள்வி கேட்க பயப்படாதீர்கள். விற்பனைத் தொழிலில் வெற்றி பெறுவதற்குக் ‘கேட்டல்’ இன்றியமையாதது.

"எங்களுடைய விற்பனைப் பொருளை வாங்குவதற்கு ஒவ்வொரு நபருக்கும் ஏதோ ஒரு முக்கியக் காரணம் இருப்பதை நாங்கள் கண்டு வந்துள்ளோம். உங்கள் விஷயத்தில் அந்த முக்கியக் காரணம் எதுவாக இருக்கக்கூடும்?" என்று நீங்கள் உங்கள் வாடிக்கையாளரிடம் கேட்கலாம்.

நீங்கள் உங்கள் வாடிக்கையாளரிடம் வெளிப்படையாகவும் நேர்மையாகவும் நடந்து கொண்டு, உண்மையான ஆர்வத்துடன் அவரிடம் கேள்விகள் கேட்டால், அவர் கூறுகின்ற பதில்களைக் கேட்டு நீங்கள் வியப்பீர்கள். நீங்கள் அவரிடம் ஒரு விற்பனையைச் செய்து முடிக்க உங்களுக்குத் தேவையான அனைத்துத் தகவல்களையும் அவரே உங்களுக்குக் கொடுப்பார். நீங்கள் அவரிடம் கேட்க வேண்டியதுதான் இங்கு முக்கியம்.

செய்முறைப் பயிற்சிகள்

1. நீங்கள் சந்திக்கின்ற நபர், நீங்கள் விற்கின்ற பொருளை வாங்குவாரா மாட்டாரா என்று கணிக்க உதவக்கூடிய விதத்தில் உங்கள் துவக்கக் கேள்வியை அமைத்துக் கொள்ளுங்கள்.
2. வாடிக்கையாளராக ஆகச் சாத்தியமுள்ள ஒருவர் உங்கள் விற்பனைப் பொருளை வாங்குவதிலிருந்து எந்த முக்கிய நன்மையை எதிர்பார்க்கிறார் என்பதைக் கண்டுபிடித்து, அதை உங்கள் உரையாடலின் துவக்கக் கேள்வியில் பயன்படுத்திக் கொள்ளுங்கள்.

அத்தியாயம் பதினைந்து

தோழமை அம்சம்

தங்களை நேரில் சந்திக்கின்ற தலைசிறந்த விற்பனையாளர்களைப் பற்றி வாடிக்கையாளர்கள் எவ்வாறு உணருகின்றனர் என்று அவர்களிடம் கேட்கப்படும்போது, "அவர்கள் நல்ல நண்பர்களைப்போல நடந்து கொள்ளுகின்றனர்," என்பதுதான் எப்போதும் அவர்களுடைய பதிலாக இருக்கிறது.

"அவரை நான் ஒரு நண்பராகவே பார்க்கிறேன். என்னிடம் தன்னுடைய பொருளை விற்பதைவிட அவர் என்மீதும் நான் என் இலக்குகளை அடைவதற்கு எனக்கு உதவுவதன்மீதுமே அதிக ஆர்வம் காட்டுவதாக எனக்குத் தோன்றுகிறது," என்று வாடிக்கையாளர்கள் கூறுகின்றனர்.

முன்பு இதை நாம் 'உறவு மூலமான விற்பனை' என்று அழைத்தோம். நீங்கள் ஒருவரிடம் ஒரு பொருளை விற்பதற்கு முன்பு அவருடன் ஏற்படுத்திக் கொள்ள வேண்டிய நம்பகமான, உயர்ந்த தரம் கொண்ட, நம்பிக்கையின் அடிப்படையில் அமைந்த உறவின் முக்கியத்துவத்தை உணர்த்துகின்ற சொற்றொடர் அது.

நட்பின்மீது கவனம் செலுத்துங்கள்

நட்புறவானது தொழில்முறை விற்பனைக்கான ஓர் இன்றியமையாத தேவை என்பதோடு, அதன் அடித்தளமும்கூட. நீங்கள் தங்கள் நண்பர் என்ற உணர்வும், தங்களுடைய நலன்மீது நீங்கள் அக்கறை கொண்டிருக்கிறீர்கள் என்றும், அதன் அடிப்படையிலேயே நீங்கள் நடந்து கொள்ளுகிறீர்கள் என்றும் மக்களுக்கு உறுதியான நம்பிக்கை ஏற்பட்டாலொழிய அவர்கள் உங்களிடமிருந்து எதையும் வாங்க மாட்டார்கள்.

விற்பனைச் செயல்முறையில் நீங்கள் செய்ய வேண்டிய முதல் வேலை உங்களுக்கும் உங்கள் வாடிக்கையாளருக்கும் இடையே ஒரு நம்பிக்கையை உருவாக்குவதுதான். குறித்த நேரத்தில் சந்திப்பிற்கு வந்துவிடுவது, தயாராக வருவது, துவக்கத்தில் வாடிக்கையாளரின்மீது மட்டுமே கவனம் செலுத்துவது ஆகியவற்றின் மூலம் நீங்கள் அந்த நம்பிக்கையை வளர்த்தெடுக்கிறீர்கள். இந்த நம்பிக்கையை அடித்தளமாகக் கொண்டு, நீங்கள் உங்கள் வாடிக்கையாளருடன் படிப்படியாக ஒரு நட்புறவை உருவாக்கிக் கொள்ளுகிறீர்கள். உங்களுக்குப் பிடிக்காத ஒருவரிடம் உங்களால் விற்பனை செய்ய முடியாது. அதேபோல, உங்களுக்குப் பிடிக்காத ஒருவரிடமிருந்து உங்களால் எதையும் வாங்கவும் முடியாது. இது அடிப்படை விதி. நாம் யாருடன் பேசிக் கொண்டிருக்கிறோமோ, அவரை நமக்குப் பிடிக்காவிட்டாலோ அல்லது அவர்மீது நமக்கு நம்பிக்கை இல்லாவிட்டாலோ, அவர் விற்கும் பொருள் எவ்வளவு வசீகரமானதாக இருந்தாலும் நாம் அதை வாங்க மாட்டோம். விரும்புதல், நம்புதல், நட்புறவு ஆகியவைதான் உறவின் மூலம் விற்பனைக்கான அடித்தளங்களாகும்.

விற்பனை மருத்துவர்

வாடிக்கையாளராக ஆவதற்குச் சாத்தியமுள்ள ஒருவருடன் நம்பிக்கையையும் நட்புறவையும் வளர்த்துக் கொள்ளுவதற்கான வழிகளில் ஒன்றை 'விற்பனை மருத்துவர் அணுகுமுறை' என்று நான் அழைக்கிறேன். உயர்ந்த நெறிமுறைகளைக் கொண்ட,

விற்பனைக்கான மருத்துவராக நீங்கள் உங்களைப் பார்க்க வேண்டும்.

ஏதோ ஒரு காரணத்திற்காக நீங்கள் ஒரு மருத்துவரிடம் சென்றால், உடலை ஆய்வு செய்தல், நோயைக் கண்டுபிடித்தல், மருந்துகளை எழுதிக் கொடுத்தல் ஆகிய மூன்று அம்சங்களை உள்ளடக்கிய ஒரு செயல்முறையைத்தான் எந்தவொரு நியாயமான மருத்துவரும் எப்போதும் பின்பற்றுவார்.

எந்தவொரு துறையிலும் உயர்ந்த நிலையில் இருக்கின்ற விற்பனையாளர்கள் தங்களுடைய விற்பனை உரையாடல்களில் இதே செயல்முறையைப் பின்பற்றுகின்றனர்.

ஆய்வு செய்தல்

உங்கள் மருத்துவர் உங்களிடம் ஏராளமான கேள்விகள் கேட்பார். உங்களுடைய உடல்நிலையைப் பற்றி முழுமையாகத் தெரிந்துகொள்ளுவதற்காக அவர் உங்களை ரத்தப் பரிசோதனைக்கு உட்படுத்துவார், உங்கள் ரத்த அழுத்தத்தைப் பார்ப்பார், இன்னும் பிற பரிசோதனைகளுக்கு உங்களை உட்படுத்துவார். இந்தப் பரிசோதனை நிலையில், அவர் உங்களுக்கு எந்த மருந்துகளையும் எழுதிக் கொடுக்க மாட்டார், வேறு பிற சிகிச்சை முறைகளையும் பரிந்துரைக்க மாட்டார். அவர் ஒரே ஒரு விஷயத்தின்மீது மட்டுமே கவனம் செலுத்துவார். அதாவது, உங்களிடம் கேள்விகள் கேட்டல், பரிசோதனைகளை மேற்கொள்ளுதல், உங்களுடைய உண்மையான தேவைகளையும் சூழ்நிலையையும் முழுமையாகப் புரிந்து கொள்ளுதல் ஆகியவற்றின்மீது மட்டுமே அவர் கவனம் செலுத்துவார்.

தொழில்முறை விற்பனையில் ஆய்வுக் கட்டத்தின்போது, வாடிக்கையாளர்களின் தேவைகள், விருப்பங்கள், பிரச்சனைகள், மற்றும் இலக்குகள் குறித்து நீங்கள் ஏற்கனவே தயாரித்து வைத்துள்ள கேள்விகளை நீங்கள் கேட்கிறீர்கள். உங்கள் வாடிக்கையாளர்களைப் பற்றிய விஷயங்களை முழுமையாகத் தெரிந்து கொள்ளுவதற்கு நீங்கள் எவ்வளவு அதிக நேரத்தைச் செலவிடுகிறீர்களோ, அவர்கள் உங்களை அவ்வளவு அதிகமாக விரும்பவும் மதிக்கவும் செய்வார்கள். நீங்கள் தங்களுடைய நலன்மீது அக்கறை கொண்டு நடந்து கொள்ளுவதாக அவர்கள் கருதுவார்கள்.

பிரச்சனையைக் கண்டுபிடித்தல்

ஒரு மருத்துவர் என்ற முறையில், முந்தைய கட்டத்தில் நீங்கள் மேற்கொண்ட பரிசோதனைகளின் முடிவுகளின் அடிப்படையில் இந்தக் கட்டத்தில் நீங்கள் உங்களுடைய ஆய்வின் முடிவுகளைத் தொகுத்துரைக்கிறீர்கள். உங்கள் நோயாளியின் உண்மையான பிரச்சனை அல்லது தேவை என்ன என்பதை நீங்கள் அவரிடம் விளக்குகிறீர்கள். உண்மையிலேயே அக்கறை கொண்ட மருத்துவர்கள், போதுமான நேரத்தை எடுத்துக் கொண்டு, தங்கள் நோயாளிகளின் பிரச்சனைகளை அவர்களிடம் தெளிவாக எடுத்துரைப்பர்.

தன்னுடைய பிரச்சனை என்ன என்பதை ஒரு வாடிக்கையாளர் (நோயாளி) முழுமையாகப் புரிந்து கொண்டவுடன், நீங்கள் உங்கள் பொருளைப் பற்றிய விளக்கவுரையை அவருக்கு வழங்க வேண்டும்.

தீர்வு வழங்குதல்

இந்நிலையில், உங்கள் பொருளை உங்கள் வாடிக்கையாளரின் பிரச்சனைக்கான சரியான தீர்வாக நீங்கள் முன்வைக்கிறீர்கள். அவர் கேட்கின்ற கேள்விகளுக்கு நீங்கள் பதிலளிக்க வேண்டும், அவர் எழுப்புகின்ற ஆட்சேபனைகளுக்கு நீங்கள் விளக்கம் அளிக்க வேண்டும். நீங்கள் பரிந்துரைத்துள்ள தீர்வுதான் அவருடைய பிரச்சனையைத் தீர்ப்பதற்கான ஆற்றல்வாய்ந்த அணுகுமுறை என்று நீங்கள் அவருக்கு எடுத்துரைக்க வேண்டும். பிறகு, அவரிடம் அப்பொருளை விற்க வேண்டும். தேவையான நடவடிக்கை எடுக்கும்படி நீங்கள் அவரிடம் கூற வேண்டும்.

உறவுகள்தான் எல்லாமே

உங்களுக்கும் உங்கள் மருத்துவருக்கும் இடையேயான உறவு போதுமான அளவு வலிமையானதாக இருந்தால், அவர் முதன்முறையாக உங்களுக்குக் கொடுக்கும் பரிந்துரைகளை நீங்கள் அப்படியே ஏற்றுக் கொள்ளுவீர்கள். உங்கள் பிரச்சனையை விரைவாகத் தீர்ப்பதற்கு அவர் பரிந்துரைக்கின்ற சிகிச்சையைத் துவக்க நீங்கள் உண்மையிலேயே ஆர்வமாக இருப்பீர்கள்.

ஒரு விற்பனையாளர் என்ற முறையில் நீங்கள் உங்கள் வாடிக்கையாளருடன் ஒரு தோழமையான, நம்பிக்கையின் அடிப்படையில் அமைந்த உறவை உருவாக்கிக் கொள்ள விரும்பினால், அந்த வாடிக்கையாளரை மனத்தில் வைத்து எல்லாவற்றையும் அணுகுங்கள். அவர்மீது மட்டுமே கவனம் செலுத்தி, அவர் தன்னுடைய பிரச்சனையைத் தீர்ப்பதற்கு அல்லது ஓர் இலக்கை அடைவதற்கு உங்களால் அவருக்கு எப்படி உதவ முடியும் என்பதை அவருக்கு விளக்கிக் காட்டுவதன் மூலம் அவருடன் நம்பிக்கையையும் நட்புறவையும் வளர்த்தெடுப்பதன்மீது ஒருமித்த கவனம் செலுத்துங்கள். உங்கள் வாடிக்கையாளரின் உண்மையான தேவைகளை முழுமையாகப் புரிந்து கொள்ளுவதற்கு நீங்கள் எவ்வளவு அதிக நேரத்தைச் செலவிடுகிறீர்களோ, அவரிடம் உங்கள் பொருளை அத்தேவைகளுக்கான கச்சிதமான தீர்வாக வழங்குவது அவ்வளவு அதிகச் சுலபமானதாக இருக்கும்.

அக்கறையும் பணிவன்பும் மரியாதையும்

ஓர் உண்மையான நட்புறவானது அக்கறை, பணிவன்பு, மதிப்பு ஆகியவற்றின் அடிப்படையில் அமைந்துள்ளது. உங்கள் வாடிக்கையாளரின் வாழ்க்கையையும் வேலையையும் பற்றிய கேள்விகளைக் கேட்பதன் மூலமும், பிறகு அவர் அவற்றுக்கு அளிக்கின்ற பதில்களை கவனமாகக் கேட்பதன் மூலமும் நீங்கள் அவர்மீது கொண்டுள்ள அக்கறையை வெளிப்படுத்துகிறீர்கள். உங்கள் வாடிக்கையாளருடன் மட்டுமல்லாமல், அவருடைய அலுவலகத்திலும் வீட்டிலும் உள்ள அனைவரிடமும் எப்போதும் இனிமையாக நடந்து கொள்ளுவதன் மூலம் நீங்கள் அவர்மீது கொண்டுள்ள பணிவன்பை வெளிப்படுத்துகிறீர்கள்.

இறுதியாக, அறிவார்ந்த கேள்விகளை அவர்களிடம் கேட்டு, அவற்றுக்கு அவர்கள் அளிக்கின்ற பதில்களை கவனமாகச் செவிமடுத்து, தேவையான பரிந்துரைகளை வழங்கி, நீங்கள் அவர்களிடம் விற்கின்ற பொருட்களைப் பற்றிய பின்னூட்டக்கருத்துக்களை எப்போதும் அவர்களிடம் கேட்பதன் மூலம் அவர்கள்மீது நீங்கள் கொண்டுள்ள மரியாதையை நீங்கள்

வெளிப்படுத்துகிறீர்கள். விற்பனையின்மீது மட்டுமே கவனம் செலுத்துவதை விட்டுவிட்டு, உங்கள் வாடிக்கையாளர்களுடன் நட்புறவை வளர்த்துக் கொள்ளுவதன்மீது நீங்கள் உங்கள் கவனத்தை ஒன்றுகுவிக்கும்போது, அவர்களிடம் வெற்றிகரமாக விற்பனை செய்வது உங்களுக்கு மிகவும் சுலபமானதாக இருக்கும்.

செய்முறைப் பயிற்சிகள்

1. உங்கள் வாடிக்கையாளருடன் விரைவாக ஒரு தோழமையான நட்புறவை வளர்த்துக் கொள்ளுவதற்கு, அவர் ஒரு செழிப்பான அக வாழ்க்கையைக் கொண்ட ஒரு சுவாரசியமான நபர் என்று கற்பனை செய்து கொள்ளுங்கள். நீங்கள் அவரிடம் கேள்விகள் கேட்டுவிட்டு, அவர் கூறப் போகின்ற பதில்கள் மிகவும் ஆழமான அர்த்தம் கொண்டவை என்பதுபோல நினைத்துக் கொண்டு, அவருடைய பதில்களை உன்னிப்பாகச் செவிமடுங்கள்.
2. உங்களுடைய அடுத்த விற்பனைச் சந்திப்பில், உங்கள் வாடிக்கையாளரிடம் விற்பனை செய்யும் எண்ணத்தை ஓர் ஓரமாக வைத்துவிட்டு, உங்கள் விற்பனைப் பொருள் தொடர்பாக அவரைப் புரிந்து கொள்ளுவதன்மீது கவனம் செலுத்துங்கள்.

அத்தியாயம் பன்னிரண்டு

இணங்க வைத்தலின் மூன்று முக்கிய அம்சங்கள்

தீர்மானம் மேற்கொள்ளும் செயல்முறையைத் துரிதப்படுத்தக்கூடிய பல்வேறு விஷயங்களை உளவியலாளர்கள் கண்டுபிடித்துள்ளனர். நீங்கள் உங்கள் வாடிக்கையாளர்களை வேகமாகத் தீர்மானம் மேற்கொள்ளச் செய்யும்போது, அது ஒரு விற்பனையில் போய் முடிகிறது. பொதுவாக, ஒருவரிடம் ஒரு பொருளை விற்கச் செல்லுகின்ற ஒரு விற்பனையாளர், முதலில் அவரிடம் தன்னுடைய விற்பனைப் பொருளைப் பற்றிப் பேசுகிறார். அவர் பல முறை அந்நபரைச் சந்தித்துப் பேச வேண்டியிருக்கிறது. அந்த விற்பனையாளர் கூறியுள்ள தகவல்களின் அடிப்படையில், அப்பொருளை வாங்குவதால் ஏற்படக்கூடிய சாதகங்களையும் பாதகங்களையும் ஆய்வு செய்து, அப்பொருளை வாங்க வேண்டுமா வேண்டாமா என்று அந்நபர் தீர்மானிக்கிறார். ஒரு நீண்ட யோசனைக்குப் பிறகு, இறுதியில் அதை வாங்க அவர் ஒப்புக் கொள்ளுகிறார்.

நிரூபிக்கப்பட்ட விற்பனைத் தூண்டல்களைப் பயன்படுத்துங்கள்

உங்கள் வாடிக்கையாளர் உங்களிடமிருந்து உடனடியாக வாங்க அவரைத் தூண்டக்கூடிய சில உளவியல் அம்சங்கள் இருப்பதை ஆராய்ச்சியாளர்கள் கண்டுபிடித்துள்ளனர். அவற்றை நீங்கள் உங்கள் விற்பனை உரையாடலில் பயன்படுத்தலாம். மிகவும் வெற்றிகரமான விளம்பர நடவடிக்கைகளில் இந்தத் தூண்டல்கள் பயன்படுத்தப்படுகின்றன. ஒரு பொருளின்மீது முற்றிலும் ஆர்வமற்று இருக்கும் மக்களிடம், அப்பொருளை வாங்குவதற்கான தீவிர ஆர்வத்தை அவை தூண்டுகின்றன. தொலைக்காட்சியில் வரும் முப்பது அல்லது அறுபது வினாடி விளம்பரங்கள் இதற்குச் சிறந்த எடுத்துக்காட்டு. உங்களுடைய விற்பனைத் தொழிலிலும் இதை உங்களால் செய்ய முடியும்.

மக்கள் ஒரு குறிப்பிட்ட விதத்தில் நடந்து கொள்ளுவதற்கான காரணங்களில் சிலவற்றை ஊக்குவிப்பு உளவியலில் மேற்கொள்ளப்பட்டுள்ள பல ஆராய்ச்சிகள் கண்டறிந்துள்ளன. ஒரு வாடிக்கையாளர் ஒரு பொருளை வாங்கத் தீர்மானிப்பதற்கு முன்பாக, நிறைவேற்றப்பட வேண்டிய சில ஆழமான ஆழ்மனத் தேவைகள் அவருக்கு இருப்பதை அந்த ஆராய்ச்சிகள் காட்டுகின்றன. மேற்குறிப்பிடப்பட்ட உளவியல் தூண்டல்கள் இந்த ஆழ்மனத் தேவைகளை நிறைவேற்றுகின்றன. இதன் விளைவாக, அப்பொருளை வாங்குவதா வேண்டாமா என்பது குறித்து அந்நபர் விரைவாகத் தீர்மானம் மேற்கொள்ளுகிறார்.

பரிமாற்றத்தின் சக்தி

ஒன்றை விலை கொடுத்து வாங்குவதைப் பொருத்தவரை, பரிமாற்றம் என்பது நம்மீது ஏற்படுத்தப்படக்கூடிய ஒரு சக்திவாய்ந்த தாக்கமாகும். மற்றவர்கள் நமக்குச் செய்யும் ஒரு விஷயத்தை பதிலுக்கு நாம் அவர்களுக்குச் செய்ய வேண்டும் என்ற ஓர் ஆழமான தேவை நம் ஒவ்வொருவருக்கும் இருக்கிறது. ஒருவர் ஏதேனும் இனிமையான ஒரு காரியத்தை நமக்குச் செய்யும்போது, அதற்கு நாம் கைமாறு செய்ய விரும்புகிறோம்.

அவர்கள் நமக்குச் செய்யும் உபகாரங்களுக்காக, பதிலுக்கு நாம் அவர்களுக்கு ஏதேனும் உதவி செய்ய விரும்புகிறோம்.

முதல் வகையான பரிமாற்றம் உணர்ச்சிரீதியானது. "நீங்கள் என்னுள் மகிழ்ச்சியைத் தூண்டினால், நானும் உங்களுக்கு மகிழ்ச்சியை ஏற்படுத்துவேன்," என்ற ரீதியான சிந்தனையை உள்ளக்கியது அது. ஒரு விற்பனையாளர் என்ற முறையில், உங்கள் வாடிக்கையாளரிடம் இனிமையாக நடந்து கொண்டு, சிறப்பான கேள்விகளைக் கேட்டு, அவர் கூறும் பதில்களை கவனமாகச் செவிமடுத்து, தான் முக்கியமானவர் என்ற உணர்வை அவருக்கு ஏற்படுத்துவதன் மூலம் அவருடைய உணர்ச்சியின்மீது ஓர் இனிமையான தாக்கத்தை உங்களால் ஏற்படுத்த முடியும்.

அடுத்தது பௌதிகரீதியானது. "நீங்கள் எனக்கு ஏதேனும் இனிமையான காரியத்தைச் செய்தாலோ அல்லது ஏதேனும் இனிமையான ஒரு பொருளை எனக்குக் கொடுத்தாலோ, நானும் உங்களுக்கு ஏதேனும் இனிமையான ஒன்றைச் செய்வேன் அல்லது ஏதோ ஒரு வழியில் அதற்குக் கைமாறு செய்வேன்," என்ற ரீதியான சிந்தனையை உள்ளடக்கியது அது.

வாடிக்கையாளர்களாக ஆவதற்கு வாய்ப்புள்ளவர்களுக்கு உங்களால் முடிந்த உபகாரங்களைச் செய்வதற்கான வழிகளை எப்போதும் தேடுங்கள். அவர்களுடன் ஒரு நல்லுறவை வளர்த்துக் கொள்ளுவதற்கு, நீங்கள் அவர்களைச் சந்தித்துவிட்டு வரும் ஒவ்வொரு முறையும் அவர்களுக்கு நன்றிக் குறிப்புகளை எழுதி அனுப்புங்கள். மக்களிடம் அன்பையும் அக்கறையையும் நீங்கள் வெளிப்படுத்தும்போதும், அவர்கள் பேசும்போது உண்மையான அக்கறையுடன் அவர்களுடைய பேச்சைக் காதுகொடுத்துக் கேட்பதன் மூலம் தாங்கள் முக்கியமானவர்கள் என்ற உணர்வை அவர்களுக்கு ஏற்படுத்தும்போதும், அவர்கள் ஏதோ ஒரு விதத்தில் உங்களுக்கு ஏதேனும் நல்லது செய்ய விரும்புகின்றனர். இதன் விளைவாக, நீங்கள் விற்றுக் கொண்டிருக்கும் பொருளை அவர்கள் வாங்குகின்றனர்.

அர்ப்பணிப்பு

இது இன்னொரு சக்திவாய்ந்த தாக்கமாகும். விற்பனை நடவடிக்கைகளில் இது எல்லா வாடிக்கையாளர்களுக்கும்

பொருந்தும். அவர்கள் முதன்முறையாக உங்களைச் சந்திக்கும்போதும் உங்களுடன் பேசும்போதும், அவர்களிடம் எந்த அர்ப்பணிப்பும் விருப்பமும் இருப்பதில்லை. ஆனால், ஒரு குறிப்பிட்ட நேரத்திற்குப் பிறகு, அவர்கள் உங்களுடைய விற்பனைப் பொருள் குறித்து நூறு சதவீத அர்ப்பணிப்பை உணருகின்றனர். அப்போது அவர்கள் அப்பொருளை உங்களிடமிருந்து வாங்குகின்றனர். விருப்பமற்ற ஒரு நிலையிலிருந்து அர்ப்பணிப்பு நிலையை எட்டுவதற்குப் போதுமான நேரத்தை நீங்கள் அவர்களுக்குக் கொடுக்க வேண்டும்.

கடந்தகாலத்தில் தாங்கள் செய்துள்ள விஷயங்களின்படியும் தாங்கள் கூறியுள்ள விஷயங்களின்படியும் தொடர்ந்து நடந்து கொள்ள மக்கள் கடுமையாக முயற்சிக்கின்றனர். உங்கள் வாடிக்கையாளர்களின் சூழ்நிலையைப் பற்றி அக்கறையோடு அவர்களிடம் கேள்வி கேட்டு, நீங்கள் விற்கும் பொருள் எவ்விதத்தில் அவர்களுடைய தற்போதைய பிரச்சனையைத் தீர்க்கும் என்பதை நீங்கள் அவர்களிடம் விளக்கிக் காட்டும்போது, அவர்களிடம் அப்பொருளை விற்பனை செய்வது அதிகச் சுலபமானதாக ஆகிவிடுகிறது. மக்கள் தங்களுடைய வாதங்களுக்கு எதிராக ஒருபோதும் வாதிடுவதில்லை.

அவர்கள் தங்களைப் பற்றித் தங்கள் மனத்தில் வடித்துள்ள பிம்பத்துடன் ஒருபோதும் முரண்படுவதில்லை. எப்போதும் அதே விதத்தில் நடந்து கொள்ள அவர்கள் முயற்சிக்கின்றனர். ஒரு நிறுவனத்திடம் நீங்கள் உங்கள் பொருளை விற்க முயற்சிக்கும்போது, "தலைசிறந்த நிறுவனங்கள் இப்போது இந்தப் பொருளைத்தான் வாங்குகின்றன," என்று நீங்கள் கூறும்போது, அப்பொருளை வாங்கும் ஆர்வத்தை அவர்களுடைய மனத்தில் நீங்கள் தூண்டுகிறீர்கள். ஏனெனில், தங்கள் நிறுவனத்தையும் 'தலைசிறந்த நிறுவனங்களில்' ஒன்றாக அவர்கள் கருதுகின்றனர்.

தனிநபர்களிடம் நீங்கள் உங்கள் பொருளை விற்கும்போது, "உண்மையிலேயே வெற்றிகரமான மக்கள் இப்போது இப்பொருளைப் பயன்படுத்திக் கொண்டிருக்கின்றனர்," என்று நீங்கள் கூறும்போது, தாங்கள் வெற்றியாளர்கள் என்ற சுயபிம்பத்தைக் கொண்டுள்ள தனிநபர்கள் உடனடியாக உங்கள் பொருளை வாங்குவதன்மீது முன்பைவிட அதிக ஆர்வம் காட்டுவார்கள்.

மற்றவர்களின் கருத்துக்கள் ஏற்படுத்தும் தாக்கம்

சமூக ஆதாரம் என்பது மூன்றாவது தூண்டுதலாகும். ஒரு பொருளை வாங்குவதற்கு உங்கள்மீது இது ஒரு சக்திவாய்ந்த தாக்கத்தை ஏற்படுத்துகிறது. மனிதர்கள் சமூக விலங்குகள் என்பதை நாம் அறிவோம். நம்மைச் சுற்றிலும் உள்ள மக்கள் கூறுகின்ற விஷயங்களும் செய்கின்ற விஷயங்களும் நம்மீது பெரும் தாக்கத்தை ஏற்படுத்துகின்றன. உங்களுடைய விற்பனைப் பொருளை வாங்கியுள்ளவர்கள் தங்களை ஒத்த நபர்கள்மீது தாக்கம் ஏற்படுத்துகின்றனர்.

ஒரு வாடிக்கையாளர் தன்னைத் தானே கேட்டுக் கொள்ளுகின்ற முதல் ஒருசில கேள்விகளில் ஒன்று, "எனக்குத் தெரிந்த மற்றும் நான் மதிக்கின்ற யார் இப்பொருளை வாங்கியுள்ளனர்?" என்பதுதான்.

ஒரு வாடிக்கையாளர் தனக்கு விருப்பமில்லாத ஒரு பொருளை உடனடியாக வாங்கும்படி செய்வதில் சமூக ஆதாரம் மிகப் பெரிய பங்கு வகிக்கிறது. தன்னை ஒத்த மக்கள் அப்பொருளை வாங்கியுள்ளனர் என்றால் அது ஒரு நல்ல தேர்ந்தெடுப்பாகத்தான் இருக்க வேண்டும் என்று அவர் நம்புகிறார். அப்பொருள் குறித்துத் தான் மேற்கொள்ள வேண்டிய ஆய்வுகளை ஏற்கனவே வேறோர் அறிவார்ந்த வாடிக்கையாளர் செய்துவிட்டதாக அவர் அனுமானிக்கிறார். அதாவது, அந்த அறிவார்ந்த வாடிக்கையாளர் அப்பொருளைப் பற்றிய அனைத்து விபரங்களையும் தெரிந்து கொண்டு, அதை கவனமாக மதிப்பீடு செய்து, தனக்கு முழுத் திருப்தி ஏற்பட்டப் பிறகே அதை வாங்கியிருப்பதாக உங்கள் வாடிக்கையாளர் அனுமானிக்கிறார். எனவே, தான் அப்பொருளை வாங்குவது பாதுகாப்பானதுதான் என்று அவர் கருதுகிறார்.

தாங்கள் வாங்கியுள்ள ஒரு பொருளைப் பற்றி மக்கள் கொடுக்கின்ற வாக்குமூலக் கடிதங்கள், புகைப்படங்கள் போன்ற சமூக ஆதாரங்களும், அப்பொருளைத் தாங்கள் வாங்கியிருப்பது குறித்தும் பயன்படுத்துவது குறித்தும் தாங்கள் மகிழ்ச்சியடைந்துள்ளதாகக் கூறி அவர்கள் வெளியிடுகின்ற வீடியோக்களும் அந்தப் பொருளுக்கு ஆதரவளிக்கின்றன. நீங்கள்

விற்பனை செய்கின்ற பொருளின் சிறப்பைப் பற்றி எவ்வளவு அதிகமான மக்களால் சான்று பகர முடிகிறதோ, அப்பொருளை உங்களிடமிருந்து வாங்குவதற்கான ஆர்வத்தை மக்களிடம் தூண்டுவது அவ்வளவு அதிகச் சுலபமானதாக இருக்கிறது.

செய்முறைப் பயிற்சிகள்

1. ஒரு வாடிக்கையாளரை முதன்முறையாக நீங்கள் சந்திக்கச் செல்லும்போது, உங்கள் விற்பனைப் பேச்சைக் கேட்டுவிட்டு உங்கள் பொருளை வாங்க அவருக்குள் ஒரு பேரார்வத்தைத் தூண்டுவதற்கு நீங்கள் அவரிடம் கூறக்கூடிய அல்லது அவருக்குச் செய்யக்கூடிய ஓரிரு விஷயங்களைக் கண்டுபிடித்துக் கொள்ளுங்கள்.
2. உங்கள் பொருளை ஏற்கனவே வாங்கியுள்ள, அதன் பலன்களை மகிழ்ச்சியாக அனுபவித்துக் கொண்டிருக்கின்ற ஓரிரு நபர்களைப் பற்றிய விபரங்களை உங்கள் புதிய வாடிக்கையாளருடனான விற்பனை உரையாடலில் பயன்படுத்துங்கள்.

அத்தியாயம் பதினொன்று

ஆற்றல்மிக்க விளக்கவுரைகளை வழங்குங்கள்

விளக்கவுரைதான் விற்பனையின் அகவிளையாட்டாகும். உண்மையான விற்பனை இங்குதான் நடைபெறுகிறது. இந்த விளக்கவுரையின்போதுதான், தயக்கமோ அல்லது சந்தேகமோ கொண்ட ஒரு வாடிக்கையாளரை உங்கள் பொருளை வாங்குவதில் அர்ப்பணிப்புக் கொண்ட ஒரு வாடிக்கையாளராக நீங்கள் மாற்றுகிறீர்கள்.

திட்டமிடப்படாத மற்றும் தெளிவற்ற முறையில் உங்கள் விற்பனைப் பொருளைப் பற்றி எடுத்துரைப்பதோடு ஒப்பிடுகையில், ஆற்றல்மிக்க ஒரு விளக்கவுரையால் உங்கள் விற்பனையைப் பல மடங்கு அதிகரிக்க முடியும்.

நீங்கள் சந்திக்கின்ற ஒருவருக்கு உங்களுடைய பொருள் பயன்படும் என்பதையும், அவருக்கு அதை வாங்குவது கட்டுப்படியாகும் என்பதையும் நீங்கள் தெரிந்து கொண்டுவிட்டால், வாங்குவதற்கு அவரை இணங்க வைக்க வேண்டியதுதான் நீங்கள் மேற்கொள்ள வேண்டிய அடுத்த நடவடிக்கையாகும்.

95 சதவீத விளக்கவுரைகள் ஏதோ ஒரு விதத்தில் மேம்படுத்தப்படக்கூடியவையாக இருக்கின்றன. நீங்கள் சந்திக்கின்ற ஒவ்வொருவரிடமும் உங்கள் பொருளை வெற்றிகரமாக விற்பனை செய்யும் நிலையை நீங்கள் எட்டும்வரை நீங்கள் தொடர்ந்து உங்கள் விளக்கவுரையை மேம்படுத்திக் கொண்டே இருக்க வேண்டும்.

ஒழுங்குமுறையுடன்கூடிய ஒரு செயல்முறையைப் பின்பற்றுங்கள்

உங்கள் விளக்கவுரை முதலில் பொதுவான அம்சங்களில் தொடங்கி, பிறகு உங்கள் விற்பனைப் பொருள் குறித்தத் திட்டவட்டமான விளங்களைக் கையாளும் விதத்தில் ஒழுங்குமுறையுடன் அமைக்கப்பட்டிருக்க வேண்டும். நீங்கள் உங்கள் விளக்கத்தைத் துவக்குவதற்கு முன்பாக, நீங்கள் சந்திக்கின்ற நபர் நீங்கள் விற்கின்ற பொருளை வாங்கக்கூடிய திறன் கொண்டவர்தானா என்பதை நீங்கள் உறுதி செய்து கொள்ள வேண்டும், நட்பு மற்றும் நம்பிக்கையின் அடிப்படையில் அமைந்த ஒரு நேர்மறையான உறவை அவரோடு உருவாக்கிக் கொள்ள வேண்டும், அவருடைய தேவைகளை கவனமாக ஆய்வு செய்ய வேண்டும், பிறகு உங்கள் பொருள் எப்படி அவருடைய தேவைகளை நிறைவேற்றும் என்பது குறித்துத் தெளிவு பெற வேண்டும்.

விற்பனைக்கென்று ஒரு வரிசைமுறை இருக்கிறது. நீங்கள் அதைக் கடைபிடிக்கத் தவறும்போது, உங்களால் அந்த விற்பனையைச் செய்ய முடியாமல் போய்விடும். தனக்கு ஒரு பிரச்சனை இருக்கிறது, அதை உங்கள் பொருளால் தீர்க்க முடியும் என்ற தெளிவு ஒரு வாடிக்கையாளருக்கு ஏற்படுவதற்கு முன்பாக நீங்கள் உங்கள் விற்பனைப் பேச்சைத் துவக்கினால், அவர் முற்றிலுமாக ஆர்வமிழந்து, “இக்கணத்தில் எனக்கு இப்பொருள்மீது ஆர்வமில்லை,” என்றோ, “இதை என்னிடம் விட்டுச் செல்லுங்கள், நான் அதைப் பார்த்துவிட்டுச் சொல்லுகிறேன்,” என்றோ, “நான் அது குறித்துச் சிந்திக்க வேண்டும்,” என்றோ கூறக்கூடும்.

நீங்கள் உங்கள் விளக்கவுரையைத் துவக்குவதற்கு முன்பு, அதை நீங்கள் வழங்குவதற்கும் உங்கள் வாடிக்கையாளர் அதன்மீது ஒருமித்த கவனம் செலுத்துவதற்கும் ஏற்ற ஒரு சூழல் அங்கு நிலவுகிறதா என்பதை நீங்கள் உறுதி செய்து கொள்ள வேண்டும். ஒரு நேரத்தில் ஒரு விஷயத்தின்மீது மட்டுமே மக்களால் கவனம் செலுத்த முடியும். கவனச்சிதறல்களோ அல்லது ஏதேனும் இரைச்சலோ இருந்தால், நீங்கள் கூறிக் கொண்டிருக்கின்ற விளக்கங்கள்மீது அவரால் ஒருமித்த கவனம் செலுத்த முடியாமல் போய்விடும். எனவே, உங்கள் விளக்கவுரையின் முடிவில் அவரால் உங்களிடமிருந்து வாங்க முடியாமல் போய்விடும்.

விளக்கவுரையை வழங்குவதற்கான சூத்திரம்

உங்கள் விளக்கவுரையை முன்கூட்டியே திட்டமிட்டு ஒழுங்கமைத்துக் கொள்ளுங்கள். அது எழுத்துபூர்வமானதாக இருக்க வேண்டும். கடந்தகாலத்தில் எத்தனை முறை நீங்கள் அந்த விளக்கவுரையைப் பல்வேறு வாடிக்கையாளர்களிடம் நிகழ்த்தியிருந்தாலும் சரி, ஒவ்வொரு வாடிக்கையாளரையும் சந்திப்பதற்கு முன்பு உங்கள் விளக்கவுரையை மீண்டும் ஒரு முறை படித்துப் பாருங்கள். முன்தயாரிப்புதான் ஒரு தொழில்முறையாளரின் அடையாளச் சின்னம் என்பதை நினைவில் வைத்திடுங்கள்.

ஒரு விற்பனை விளக்கவுரையை வழங்குவதற்கான மிகச் சிறந்த சூத்திரம் இதுதான்: "விளக்கிக் காட்டுதல், எடுத்துக் கூறுதல், கேள்விகள் கேட்டல்."

உங்கள் விற்பனைப் பொருள் என்ன என்பதை உங்கள் வாடிக்கையாளரிடம் காட்டுங்கள். குறிப்பாக, அவருடைய வாழ்க்கையை அல்லது வேலையை ஏதோ ஒரு விதத்தில் மேம்படுத்துவதற்கு அல்லது மாற்றுவதற்கு அப்பொருளால் என்ன செய்ய முடியும் என்பதை அவருக்கு விளக்குங்கள். அவர் அப்பொருளைப் பயன்படுத்துவதிலிருந்து என்ன நன்மைகளைப் பெறுவார் என்பதை அவரிடம் எடுத்துக் கூறுங்கள். பிறகு, நீங்கள் விளக்கிக் கொண்டிருக்கும் பொருள் அவருக்கு

முக்கியமானதுதானா, பொருத்தமானதுதானா என்பதை உறுதி செய்து கொள்ளுவதற்காக, பின்வரும் கேள்வியைக் கேளுங்கள்: "இப்பொருளை எப்போதேனும் நீங்கள் பயன்படுத்துவீர்களா? தற்போது நீங்கள் செய்து கொண்டிருப்பதை மேம்படுத்த இது உங்களுக்கு உதவும் என்று நீங்கள் நினைக்கிறீர்களா?"

உங்கள் பொருளைப் பயன்படுத்துவதிலிருந்து அவரால் எவ்வாறு பலனடைய முடியும் என்பதை அவருக்கு எடுத்துக் கூறுங்கள். அவர் உங்கள் பொருளை மகிழ்ச்சியாகப் பயன்படுத்திக் கொண்டிருப்பது போன்ற ஒரு நேர்மறையான காட்சியை அவருடைய மனத்தில் உருவாக்குங்கள். நீங்கள் அவரிடம் இவ்வாறு கூறலாம்: "நீங்கள் தினமும் இப்பொருளைப் பயன்படுத்திக் கொண்டிருப்பதுபோலச் சிறிது நேரம் கற்பனை செய்யுங்கள். உங்கள் தனிப்பட்ட வாழ்க்கையிலோ அல்லது தொழில்வாழ்க்கையிலோ இது எந்த மாதிரியான வேறுபாட்டை ஏற்படுத்தும்?"

ஒரு விளக்கவுரையில் இருக்க வேண்டிய மூன்று முக்கிய அம்சங்கள்

இது இன்னொரு சக்திவாய்ந்த விளக்கவுரை உத்தியாகும். உங்கள் விற்பனைப் பொருளின் சிறப்பு அம்சங்கள், அப்பொருளினால் கிடைக்கக்கூடிய அனுகூலம், அதனால் உங்கள் வாடிக்கையாளருக்குக் கிடைக்கக்கூடிய நன்மைகள் ஆகிய மூன்று விஷயங்களும் உங்கள் விளக்கவுரையில் இடம்பெற்றிருக்க வேண்டும்.

எடுத்துக்காட்டாக, தட்டையான திரையுடன்கூடிய ஒரு தொலைக்காட்சியை நீங்கள் விற்பனை செய்து கொண்டிருந்தால், உங்கள் விளக்கவுரையில் நீங்கள் இப்படிக் கூறலாம்: "இப்புதிய தட்டைத் திரைத் தொழில்நுட்பத்தால், இந்தத் தொலைக்காட்சியை ஒரு சுவரின்மீது உங்களால் மாட்டி வைக்க முடியும். இதன் மூலம், உங்கள் குடும்பத்தாருக்கும் நண்பர்களுக்கும் உங்கள் வரவேற்பறையை ஒரு திரையரங்காக உங்களால் மாற்ற முடியும்."

கதைகளைக் கூறுங்கள்

நீங்கள் விற்கும் பொருளை வாங்குவதற்கு உங்கள் வாடிக்கையாளரை இணங்க வைக்கக்கூடிய ஒரு விளக்கவுரையை வழங்கும்போது, அதில் கதைகளைச் சேர்த்துக் கொள்ளுவது உங்களுடைய வேலையைச் சுலபமாக்கிக் கொடுக்கும். உங்கள் பொருளை ஏற்கனவே உங்களிடமிருந்து வாங்கியுள்ள, அப்பொருள் குறித்து மிகவும் மகிழ்ச்சியடைந்துள்ள வாடிக்கையாளர்களைப் பற்றிய கதைகளையும் எடுத்துக்காட்டுகளையும் சேர்த்து உங்கள் விளக்கவுரைக்கு வலுவூட்டுங்கள்.

உங்களுடைய மகிழ்ச்சியான வாடிக்கையாளர்களைப் பற்றிய ஏராளமான கதைகளைக் கூறுங்கள். இந்த உத்தி மிகவும் சக்திவாய்ந்ததாகவும் விற்பனையில் உங்களுக்கு வெற்றியைப் பெற்றுக் கொடுப்பதாகவும் இருப்பதற்கு ஒரு காரணம் இருக்கிறது. ஒரு பொருளை வாங்குவது தொடர்பான தீர்மானங்கள் வலது மூளையில்தான் மேற்கொள்ளப்படுகின்றன. காட்சிகளும் கதைகளும்தான் வலது மூளையைத் தூண்டுகின்றன.

ஒரு மகிழ்ச்சியான வாடிக்கையாளரைப் பற்றிய ஒரு வெற்றிக் கதையை நீங்கள் கூறும்போது, உங்கள் முன் இருப்பவர் தன்னை அந்த வாடிக்கையாளராகத் தன் மனத்தில் பார்க்கத் தொடங்குவார், தான் உங்கள் பொருளை வாங்கி மகிழ்ச்சியாகப் பயன்படுத்திக் கொண்டிருப்பதுபோலக் கற்பனை செய்வார்.

செய்முறைப் பயிற்சிகள்

1. உங்கள் பொருளை வாங்கி மகிழ்ச்சியாகப் பயன்படுத்திக் கொண்டிருக்கின்ற அனைத்து வாடிக்கையாளர்களின் 'வெற்றிக் கதை'களையும் ஒரு பட்டியலிடுங்கள். இக்கதைகளை உங்கள் விளக்கவுரைகளில் அடிக்கடிப் பயன்படுத்துங்கள்.
2. ஒவ்வொரு விற்பனை உரையாடலுக்கு முன்பாகவும் உங்கள் விளக்கவுரையை கவனமாக மீண்டும் பரிசீலிப்பதற்கு இன்றே உறுதி பூணுங்கள்.

அத்தியாயம் பதினொன்று

புறத்தூண்டலின் சக்தி

மக்கள் தங்கள் சூழலில் உள்ள புறத்தூண்டல் காரணிகளின் பெரும் தாக்கத்திற்கு ஆளாகின்றனர். விற்பனைச் செயல்முறையில் புறத்தூண்டல் அதிக முக்கியத்துவம் வாய்ந்ததாக இருக்கிறது. உங்களால் கட்டுப்படுத்த முடிகின்ற புறத்தூண்டல் காரணிகளைத் தெளிவாகக் கண்டறிந்து, உங்களுடைய ஒவ்வொரு விற்பனை உரையாடலிலும் அவற்றைப் பயன்படுத்துவதன் மூலம், உங்கள் வாடிக்கையாளரின் வாங்கும் நடத்தையின்மீது உங்களால் ஒரு தொடர்ச்சியான மற்றும் நேர்மறையான தாக்கத்தை ஏற்படுத்த முடியும்.

உங்கள் வாடிக்கையாளர் நடந்து கொள்ளுகின்ற விதத்தின்மீது ஒரு வலிமையான ஆழ்மனத் தாக்கத்தை ஏற்படுத்தக்கூடிய, நீங்கள் செய்யக்கூடிய சில விஷயங்கள் இருக்கின்றன. எல்லாமே முக்கியம்தான் என்ற கூற்றை நீங்கள் கேள்விப்பட்டிருப்பீர்கள். விற்பனை உரையாடல்களில் நீங்கள் செய்கின்ற எல்லாம் உங்களுக்கு உதவும் அல்லது உங்களை பாதிக்கும். ஒரு வாடிக்கையாளரின் முன்னால் நீங்கள் கூறுகின்ற

அல்லது செய்கின்ற ஒவ்வொரு விஷயமும் அவரிடம் உங்கள் பொருளை விற்பதை நோக்கி உங்களை ஓரடி முன்னே அழைத்துச் செல்லும் அல்லது அதிலிருந்து விலக்கிவிடும். எனவே, எல்லாமே முக்கியம்தான்.

ஆளுமை முக்கியமானது

உங்கள் ஆளுமையும் ஒரு வாடிக்கையாளரிடம் நீங்கள் நடந்து கொள்ளும் விதமும்தான் முதல் புறத்தூண்டல் காரணியாகும். நீங்கள் நேர்மறையாகவும் தோழமையாகவும் இருந்து, ஒரு குதூகலமான மனப்போக்கை வெளிப்படுத்தும்போது, உங்கள் வாடிக்கையாளரை நீங்கள் ஒரு நேர்மறையான வழியில் தூண்டுகிறீர்கள். நீங்கள் கூறுபவற்றைச் செவிமடுக்கவும் உங்கள் தாக்கத்திற்கு ஆளாகவும் அவர் தயாராக இருக்கிறார்.

உங்கள் விற்பனைப் பொருள் மற்றும் உங்கள் நிறுவனத்தின் நல்லியல்பின்மீது நீங்கள் எவ்வளவு ஆழமான நம்பிக்கை கொண்டிருக்கிறீர்களோ, அது உங்கள் வாடிக்கையாளர்மீது ஒரு சக்திவாய்ந்த, நேர்மறையான தூண்டல்ரீதியான தாக்கத்தை ஏற்படுத்துகிறது. உங்கள் பொருள் சிறப்பானது என்ற நம்பிக்கையோடு கூடவே, உங்கள் வாடிக்கையாளரின் வாழ்க்கையையும் வேலையையும் மேம்படுத்த அவருக்கு உதவ வேண்டும் என்ற ஓர் உண்மையான ஆர்வமும் உங்களுக்கு இருக்கும்போது, உங்கள் வாடிக்கையாளர் ஒரு பிரக்ஞையற்ற நிலையில் உங்களுடைய தாக்கத்திற்கு ஆளாகிறார், உங்கள் சொற்படி நடந்து கொள்ளத் தொடங்குகிறார்.

உங்கள் குரல் இன்றியமையாதது

தெளிவாகப் பேசுவது ஒரு வலிமையான தூண்டல் காரணியாகும். ஒரு வாடிக்கையாளரிடம் பேசும்போது எந்தவொரு விற்பனையாளர் ஒரு வாக்கியத்தின் கடைசி வார்த்தைகளைச் சத்தமாகப் பேசுகிறாரோ, அவர், ஒரு வாக்கியத்தின் கடைசி வார்த்தைகளை மிக மெல்லிய குரலில் பேசுகின்ற நபரைவிட அதிகத் தாக்கம் ஏற்படுத்துகிறார்.

நீங்கள் தெளிவாகவும் நம்பிக்கையுடனும் பேசும்போது, உங்கள் பொருள் பெரும் மதிப்பு வாய்ந்தது என்ற எண்ணத்தை நீங்கள் உங்கள் வாடிக்கையாளரின் மனத்தில் தோற்றுவிக்கிறீர்கள். விற்பனை உரையாடல்களின்போதும் விளக்கவுரைகளை வழங்கும்போதும் உங்களுடைய வார்த்தைகள் தெளிவாகவும் துல்லியமாகவும் இருப்பதை உறுதி செய்து கொள்ளுங்கள்.

உங்கள் தோற்றத்தின்மீது கவனம் செலுத்துங்கள்

உங்கள் புறத்தோற்றம் உங்கள் வாடிக்கையாளரின் வாங்கும் நடத்தையின்மீது தாக்கம் ஏற்படுத்துகிறது. நீங்கள் ஒரு வாடிக்கையாளரை முதன்முறையாகச் சந்திக்கும்போது, அவர் உங்களைப் பற்றித் தன் மனத்தில் உருவாக்கிக் கொள்ளுகின்ற அபிப்பிராயத்தைத் தொண்ணூற்று ஐந்து சதவீதம் உங்கள் ஆடைகள்தான் தீர்மானிக்கின்றன. மனிதர்கள் காட்சிபூர்வமானவர்கள். ஒருவர் உங்களை முதன்முறையாகப் பார்க்கும்போது, முதல் நான்கு வினாடிகளுக்குள் அவர் உங்களைப் பற்றித் தன்னுடைய மனத்தில் ஓர் அபிப்பிராயத்தை உருவாக்கிக் கொண்டுவிடுவதாக நிபுணர்கள் தெரிவிக்கின்றனர்.

நீங்கள் ஒரு வாடிக்கையாளரைச் சந்திக்கச் செல்லும்போது நேர்த்தியாக உடையணிந்து வசீகரமாகத் தோன்றுவதை உறுதி செய்து கொள்ளுங்கள். நீங்கள் அழகானவராகவோ அல்லது கவர்ச்சிகரமானவராகவோ இருக்க வேண்டியதில்லை. ஏதோ ஒரு விதத்தில் தங்கள் வாடிக்கையாளர்களுக்கு கவனச்சிதறல்களை ஏற்படுத்துகின்ற வசீகரமான விற்பனையாளர்களைவிட, சராசரித் தோற்றத்தைக் கொண்ட விற்பனையாளர்கள் அதிக வெற்றிகரமாகத் திகழுகின்றனர்.

வெற்றி பெறக்கூடிய விதத்தில் உடையணியுங்கள்

உங்கள் தோற்றம் உங்கள் வெற்றிக்கு வழி வகுப்பதாக இருக்க வேண்டும். உங்கள் தலைமுடி சீராக வெட்டப்பட்டிருக்க வேண்டும், உங்கள் நகங்கள் தூய்மையாக இருக்க வேண்டும், நீங்கள் நேர்த்தியாக உடையணிய வேண்டும். ஒரு வெற்றிகரமான

நிறுவனத்தின் ஒரு வெற்றிகரமான பொருளை விற்பனை செய்கின்ற ஒரு வெற்றிகரமான விற்பனையாளரைப்போல நீங்கள் தோன்ற வேண்டும். எவரொருவருமே மிடுக்கான தோற்றத்தைக் கொண்ட ஒருவருடன்தான் பரிவர்த்தனைகளை மேற்கொள்ள விரும்புவர்.

நான் ஓர் இளம் விற்பனையாளனாக என் தொழில்வாழ்க்கையைத் துவக்கியபோது, ஆடைகள் விஷயத்தில் நான் போதிய கவனம் செலுத்தவில்லை. என்னுடைய தோற்றம் என்னுடைய வாடிக்கையாளர்கள்மீது ஏற்படுத்திக் கொண்டிருந்த எதிர்மறைத் தாக்கத்தை நான் உதாசீனப்படுத்தினேன். ஒருநாள், மூத்த விற்பனையாளர் ஒருவர் என்னைத் தனியே அழைத்துச் சென்று, “நீங்கள் ஆடை அணியும் விதம் குறித்தும் உங்கள் தோற்றம் குறித்தும் நான் உங்களுக்கு ஒருசில பரிந்துரைகளைக் கொடுக்கலாமா?” என்று கேட்டார். அதிர்ஷ்டவசமாக, எனக்கு எந்த அகங்காரமும் இருக்கவில்லை என்பதால், என்னை ஒரு வெற்றியாளனாக ஆக்கக்கூடிய எந்தவொரு விஷயத்தையும் தெரிந்து கொள்ள நான் தயாராக இருந்ததாக அவரிடம் கூறினேன்.

அவர் என்னோடு உட்கார்ந்து கொண்டு, விற்பனைத் தொழில் புரிகின்ற ஒருவர் எப்படி உடையணிய வேண்டும் என்பது பற்றி எனக்கு விரிவாகச் சொல்லிக் கொடுத்தார். அவர் அன்று கூறிய விஷயங்கள் இன்றும் எனக்கு நன்றாக நினைவிருக்கின்றன. அவர் கூறியபடி, இஸ்திரி போடப்பட்ட நல்ல சட்டைகள், அவற்றுக்குப் பொருத்தமான ‘டை’கள், பளிச்சூட்டப்பட்டக் காலணிகள் ஆகியவற்றை நான் அணிந்தேன். என் தொழிலுக்கு ஏற்றபடி நான் உடையணிந்தேன். ஒரு குறுகிய காலத்தில், மக்கள் என்னை அதிக மரியாதையோடு நடத்தியதையும், நான் கூறியதை அதிக உன்னிப்பாகக் காதுகொடுத்துக் கேட்டதையும், என்னுடைய பொருட்களை அதிக எண்ணிக்கையில் வாங்கியதையும் நான் கண்டேன். அது உண்மையிலேயே எனக்கு ஓர் அற்புதமான அனுபவமாக இருந்தது.

முதல் அபிப்பிராயம்

ஒருவர் உங்களைச் சந்திக்கும்போது, முதல் நான்கு வினாடிகளுக்குள் உங்களைப் பற்றிய தன்னுடைய முதல் அபிப்பிராயத்தைத் தன் மனத்தில் உருவாக்கிக் கொள்ளுகிறார். அடுத்த முப்பது வினாடிகளுக்குள் அவர் அதைத் தன் மனத்தில் நிரந்தரமாகப் பதிய வைத்துவிடுகிறார். அதன் பிறகு, அவர் உங்களோடு உரையாடும் நேரம் முழுவதும், உங்களைப் பற்றிய தன்னுடைய அபிப்பிராயத்தை நியாயப்படுத்துவதற்கான காரணங்களைத் தேடுகிறார். முதல் முப்பது வினாடிகளுக்குள் உங்களுடைய புறத்தோற்றத்தைக் கொண்டு ஒரு நல்ல அபிப்பிராயத்தை உங்களால் உருவாக்க முடியவில்லை என்றால், உங்கள் வாடிக்கையாளர் உங்கள்மீது கவனம் செலுத்த மாட்டார், உங்களை மதிக்க மாட்டார். உங்கள் வாடிக்கையாளர்கள் வெற்றிகரமானவர்களாக இருக்கும் பட்சத்தில், சற்றுமுன் நான் குறிப்பிட்ட விஷயம் அவர்கள் விஷயத்தில் கச்சிதமாகப் பொருந்தும். ஏனெனில், வேறு எவரொருவரைவிடவும், வெற்றிகரமான மக்கள் அதிகமாக விமர்சிப்பவர்களாகவும் அதிகமாக எடைபோடுபவர்களாகவும் இருக்கின்றனர்.

உங்கள் பொருளின் மகத்துவத்தை வெளிச்சம் போட்டுக் காட்டுங்கள்

நீங்கள் உங்கள் பொருளை உங்கள் வாடிக்கையாளரிடம் மிகவும் உயர்வாகக் காட்ட வேண்டும். உங்களுடைய விற்பனைப் பொருள் குறித்த விளம்பரப் பிரசுரங்கள், விபர அறிக்கைகள், விளக்கவுரைகள் போன்ற அனைத்தும் சுத்தமாகவும் நேர்த்தியாகவும் வசீகரமாகவும் இருக்கும்படி பார்த்துக் கொள்ளுங்கள். ஏனெனில், இவற்றின் தரத்தைக் கொண்டுதான் வாடிக்கையாளர்கள் உங்கள் விற்பனைப் பொருளின் தரத்தை எடைபோடுகின்றனர். எனவே, பார்க்க அவை கண்கவர்வனவாக இருப்பதை உறுதி செய்து கொள்ளுங்கள்.

வீடுமனை வாங்கல் விற்றல் தொழிலில் மிகவும் வெற்றிகரமாகத் திகழுகின்ற முகவர்கள் ஒரு சிறப்பான உத்தியைக்

கையாளுகின்றனர். விற்கப்பட வேண்டிய ஒரு வீட்டை அவர்கள் தங்களால் இயன்ற அளவு வசீகரமானதாக மாற்றி அமைக்கின்றனர். ஒரு வீடு விற்பனைக்கு வந்தவுடன், அதிலிருந்து நீக்கப்பட வேண்டிய அறைகலன்களையும் பிற பொருட்களையும் அங்கிருந்து நீக்கும்படி அவ்வீட்டின் உரிமையாளரிடம் அவர்கள் பரிந்துரைக்கின்றனர். வீடு முழுவதும் பொருட்களால் நிரம்பி வழியாதவாறு அவர்கள் பார்த்துக் கொள்ளுகின்றனர். சமையலறை மேடைகளும் பிற அறைகளும் தூய்மையாகவும் நேர்த்தியாகவும் இருப்பதையும், ஒட்டுமொத்த வீடும் பார்ப்பதற்கு வசீகரமாகவும் அழகாகவும் இருப்பதையும் அவர்கள் உறுதி செய்கின்றனர். வீடு வாங்கும் நோக்கத்துடன் அவ்வீட்டைப் பார்வையிட வருகின்ற நபர்களுக்கு இது அவ்வீட்டின்மீது ஓர் ஈர்ப்பு ஏற்படும்படி செய்கிறது. வீடு விரைவாக விற்பனையாவதற்கு இது வழி வகுக்கிறது.

ஒரு வாடிக்கையாளர் பார்க்கின்ற, கேட்கின்ற, மற்றும் உணருகின்ற ஒவ்வொரு விஷயமும் உங்கள் பொருளை அவர் வாங்குவாரா மாட்டாரா என்பதன்மீது ஓர் அளப்பரிய தாக்கத்தை ஏற்படுத்துகின்றது. எல்லாமே முக்கியம்தான்.

செய்முறைப் பயிற்சிகள்

1. உங்கள் துறையில் மிகவும் வெற்றிகரமாகத் திகழுகின்ற மற்றும் மிக உயர்ந்த சம்பளம் வாங்குகின்ற ஒருவரைப்போலத் தோன்றும் விதத்தில் நீங்கள் நேர்த்தியாகவும் மிடுக்காகவும் உடையணியப் போவதாக இன்றே உறுதி பூணுங்கள். இப்போது நீங்கள் உடையணியும் விதத்திலிருந்து அது எவ்வாறு வேறுபட்டிருக்கும்?
2. உங்களுடைய விற்பனைப் பொருள் குறித்த விளக்கவுரையும் பிற பொருட்களும் சுத்தமாகவும் நேர்த்தியாகவும் வசீகரமாகவும் இருக்கும்படி அவற்றை ஒழுங்கமைத்துக் கொள்ளுங்கள். வாடிக்கையாளர்கள் உங்கள் பொருளை வாங்குவதற்கு அவை அவர்களுடைய ஆர்வத்தைத் தூண்டும் விதத்தில் இருப்பதை உறுதி செய்து கொள்ளுங்கள்.

அத்தியாயம் பதினைந்து

நம்பகத்தன்மையை வளர்த்தெடுங்கள்

ஒரு சராசரி வாடிக்கையாளரை தினமும் நூற்றுக்கணக்கான விற்பனை விளம்பரங்களும் விளம்பரச் செய்திகளும் சரமாரியாகத் தாக்கித் திணறடிக்கின்றன.

பல்வேறு தரமும் விலையும் கொண்ட பல்வேறு வகையான பொருட்களை அவரிடம் விற்பதற்கு நிறுவனங்களும் தனிநபர்களும் தினமும் முண்டியடித்துக் கொண்டிருக்கின்றனர். எனவே, யாரேனும் தன்னிடம் எதையேனும் விற்பதற்காகத் தன்னை அணுகும்போது, ஒரு வாடிக்கையாளர் அவரை சந்தேகக் கண்ணோடுதான் பார்க்கிறார்.

விற்பனையில் நீங்கள் வெற்றி பெற விரும்பினால், அவருடைய சந்தேகத்தைக் களைந்து, அவருக்கு உங்கள்மீதும் உங்கள் நிறுவனத்தின்மீதும் அதன் பொருட்கள்மீதும் நம்பிக்கை ஏற்படும்படி செய்வதற்கான ஒரு வழிமுறையை நீங்கள் உருவாக்க வேண்டும். சுருக்கமாகக் கூறினால், வாடிக்கையாளர்கள்மீதும் உங்கள் பொருட்களை வாங்குவது தொடர்பான அவர்களுடைய தீர்மானத்தின்மீதும் தாக்கம் ஏற்படுத்துகின்ற உங்களுடைய

ஒவ்வொரு நடவடிக்கையிலும் ஓர் உயர்ந்த நிலையிலான நம்பகத்தன்மையை வளர்த்தெடுப்பது எப்படி என்பதை நீங்கள் கற்றுக் கொள்ள வேண்டும்.

தோல்வி குறித்த பயத்தைக் களையுங்கள்

இன்று ஒரு வாடிக்கையாளர் ஒரு பொருளை வாங்குவதிலிருந்து அவரைத் தடுக்கின்ற ஒரு முக்கியமான விஷயம் தோல்வி குறித்த பயம். நீங்கள் விற்கும் பொருளுக்குத் தாங்கள் அளவுக்கதிகமான விலையைக் கொடுத்துவிடுவோமோ என்று வாடிக்கையாளர்கள் பயப்படுகின்றனர். தாங்கள் வாங்கும் பொருள் தங்களுடைய குறிப்பிட்டத் தேவைகளுக்குப் பொருத்தமற்றதாகப் போய்விடுமோ என்று அவர்கள் பயப்படுகின்றனர். தாங்கள் ஒரு தவறான பொருளை வாங்கி, அதனால் மற்றவர்கள் தங்களை விமர்சிப்பார்களோ என்று அவர்கள் அஞ்சுகின்றனர். பழுது பார்க்கப்பட முடியாத ஒரு பொருள் தங்கள் தலையில் கட்டப்பட்டுவிடுமோ என்று அவர்கள் பயப்படுகின்றனர்.

கடந்தகாலத்தில் மீண்டும் மீண்டும் அவர்களுக்கு ஏற்பட்ட எதிர்மறையான அனுபவங்கள்தான் அவர்களுக்குள் இந்த வகையான பயங்களை ஏற்படுத்துகின்றன. எனவே, அதே தவறுகளைத் தாங்கள் மீண்டும் செய்துவிடக்கூடாது என்பதில் அவர்கள் உறுதியாக இருக்கின்றனர்.

நம்பிக்கை அவர்களுடைய பயங்களைக் குறைக்கிறது

உங்களையும் நீங்கள் கூறுவதையும் வாடிக்கையாளர்கள் எவ்வளவு அதிகமாக நம்புகிறார்களோ, ஒரு தவறான பொருளை வாங்கிவிடுவோமோ என்ற அவர்களுடைய பயம் அவ்வளவு குறைகிறது. அவர்களுக்கு உங்கள்மீதான நம்பிக்கை அதிகரிக்கும்போது, ஒரு தவறு செய்துவிடுவோமோ என்ற பயம் குறையத் தொடங்குகிறது. எனவே, அவர்கள் உங்கள்மீது கொண்டிருக்கும் நம்பிக்கையை அதிகரிப்பதுதான் உங்கள் வேலை. அவர்கள் உங்களை நம்பும்போது, நீங்கள் கூறுகின்றவற்றை

அவர்கள் ஏற்றுக் கொள்ளுவார்கள், நீங்கள் விற்கும் பொருளை வாங்குவார்கள்.

ஒரு விற்பனை உறவில் நீங்கள் செய்கின்ற ஒவ்வொரு விஷயமும், ஒன்று, நம்பிக்கையையும் நம்பகத்தன்மையையும் வளர்த்தெடுப்பதில் உதவும் அல்லது அதை பாதிக்கும். ஒரு வாடிக்கையாளரிடம் உங்களால் வெற்றிகரமாக விற்பனை செய்ய முடிகிறதா இல்லையா என்பதை அந்த நம்பகத்தன்மைதான் தீர்மானிக்கிறது. தாங்கள் ஒரு தவறான தீர்மானம் மேற்கொண்டுவிடுவோமோ என்ற பயமும் பதற்றமும் வாடிக்கையாளர்களை வாட்டுகின்றன. எனவே, நீங்கள் நம்பகமானவர் அல்ல என்ற உணர்வை நீங்கள் அவர்களிடம் ஏற்படுத்தினால், நீங்கள் கூறுபவற்றை அவர்கள் எதிர்மறையாக அர்த்தப்படுத்திக் கொண்டுவிடுவர்.

உங்களாலும் உங்கள் பொருளாலும் வாடிக்கையாளர்களுக்கு எந்த பாதிப்பும் ஏற்படாது என்ற ஓர் உத்தரவாதத்தை நீங்கள் அவர்களுக்குக் கொடுக்க வேண்டும். உங்கள் விற்பனைப் பொருள் உங்கள் போட்டியாளரின் விற்பனைப் பொருளைவிட விலை சற்று அதிகமாக இருக்கலாம், ஆனால் நம்பகத்தன்மையைப் பொருத்தவரை நீங்கள் மிகவும் நம்பகமானவர் என்ற உணர்வை வாடிக்கையாளர்களிடம் நீங்கள் ஏற்படுத்த வேண்டும். விலையைவிட நம்பிக்கைக்கு அவர்கள் அதிக மதிப்புக் கொடுக்கின்றனர்.

உயர்ந்த நம்பகத்தன்மையின் ஐந்து அம்சங்கள்

ஒருவரிடம் ஒரு பொருளை விற்பதற்கு உங்களுக்குத் தேவையான நம்பகத்தன்மையின் ஐந்து அம்சங்கள் பின்வருமாறு:

1. **விற்பனையாளர்.** உங்கள் நடத்தை, உங்கள் மனப்போக்கு, உங்கள் ஆடைகள், உங்கள் ஒட்டுமொத்தத் தோற்றம் ஆகிய அனைத்தும் ஒரு வெற்றிகரமான விற்பனைக்கான அடித்தளங்களாக இருக்கின்றன. உங்களிடமிருந்தும் உங்கள் நிறுவனத்திடமிருந்தும் ஒரு பொருளை வாங்குவது தொடர்பாக ஒரு வாடிக்கையாளரின் மனத்தில் நம்பிக்கை

அதிகரிப்பதற்கோ அல்லது குறைவதற்கோ இவை முக்கியக் காரணங்களாக இருக்கின்றன.

2. **உங்கள் நற்பெயர்.** சந்தையில் உங்கள் நிறுவனத்தின் பொருட்களுக்கு இருக்கும் நற்பெயர் நீங்கள் விற்பனையில் வெற்றி பெறுவதற்கு இன்றியமையாததாக இருக்கிறது. உங்கள் பொருட்கள் தரமானவை என்று வாடிக்கையாளர்கள் நடுவே ஒரு கருத்து நிலவ வேண்டும். வாய்வழி விளம்பரத்தின் அடிப்படையிலேயே 85 சதவீத விற்பனை நடைபெறுவதாகக் கூறப்படுகிறது. இதற்கு என்ன அர்த்தம்? ஒரு நிறுவனத்தின் பொருள் தரமானது என்றும், அதை ஒரு வாடிக்கையாளர் என்ற முறையில் நீங்கள் கண்டிப்பாக வாங்க வேண்டும் என்றும் நேரடியாகவோ அல்லது மறைமுகமாகவோ ஒருவர் கூறுகிறார் என்பது அதன் பொருள்.

உங்கள் நிறுவனத்தின் அளவையும், அது எத்தனை ஆண்டுகளாக இயங்கி வந்துள்ளது என்பதையும், உங்கள் பொருளின் தரத்தின் காரணமாக உங்கள் நிறுவனத்திற்குச் சந்தையில் எவ்வளவு பங்கு இருக்கிறது என்பதையும் நீங்கள் உங்கள் வாடிக்கையாளரிடம் கூற வேண்டியது முக்கியம். உங்கள் விற்பனைப் பொருள் பற்றிய விளம்பரக் குறிப்புகள், பிரசுரங்கள், உங்கள் நிறுவனம் உங்களுக்குக் கொடுத்திருக்கும் தனிப்பட்ட முகவரி அட்டைகள் ஆகிய அனைத்தும் உயர்ந்த தரம் கொண்டவையாக இருப்பதை உறுதி செய்து கொள்ளுங்கள். உங்களுடைய மற்றும் உங்கள் ஊழியர்களுடைய தொலைபேசி இங்கிதங்கள் கச்சிதமானவையாக இருக்க வேண்டும். ஒரு வாடிக்கையாளர் உங்களைத் தொலைபேசியில் தொடர்பு கொள்ளும்போது நீங்கள் அவருக்கு எவ்வளவு விரைவாக பதிலளிக்கிறீர்கள், அவருக்குத் தேவையான தகவல்களை எவ்வளவு துல்லியமாகக் கொடுக்கிறீர்கள் ஆகியவற்றின்மீது கவனம் செலுத்துங்கள். இவை எல்லாம் மிகச் சிறப்பாகக் கையாளப்பட வேண்டும்.

3. **சமூக ஆதாரம்.** உங்களுடைய பொருளை ஏற்கனவே வாங்கியுள்ள, அது குறித்து மகிழ்ச்சியாக இருக்கின்ற பிற வாடிக்கையாளர்களின் கதைகள் உங்களுடைய புதிய வாடிக்கையாளர்கள்மீது வேறு எதுவொன்றையும்விட அதிகமான தாக்கத்தை ஏற்படுத்துகின்றன. "வேறு யாரெல்லாம் இப்பொருளை வாங்கியுள்ளனர்? இப்பொருள் குறித்து அவர்கள் என்ன கூறுகின்றனர்?" என்று தெரிந்து கொள்ளுவதை ஒரு வாடிக்கையாளர் எப்போதும் விரும்புகிறார். உங்கள் பொருளை ஏற்கனவே வாங்கி மகிழ்ச்சியாகப் பயன்படுத்திக் கொண்டிருக்கின்ற வாடிக்கையாளர்கள் கொடுத்திருக்கும் பரிந்துரைக் கடிதங்கள், நற்சான்றிதழ் கடிதங்கள், புகைப்படங்கள் போன்றவற்றைப் பயன்படுத்துங்கள். குறிப்பாக, உங்கள் பொருளை வாங்குவதில் முதலில் தயக்கம் காட்டி, பிறகு அதை வாங்கிப் பயன்படுத்தி, தங்களுடைய அத்தீர்மானம் குறித்து இப்போது மகிழ்ச்சி கொண்டுள்ள வாடிக்கையாளர்களின் கதைகளைப் பயன்படுத்துவது மிகச் சிறப்பானதாக இருக்கும்.

4. **அதிகாரம்.** ஓர் அந்நியர் உங்களுடைய பொருளைப் பற்றி மிக உயர்வாகவும் நேர்மறையாகவும் பேசுவது ஒருவர் அப்பொருளை உங்களிடமிருந்து வாங்குவதைச் சுலபமாக்குகிறது. தீர்மானம் மேற்கொள்ளுவதில் ஓர் அதிகாரபூர்வமான குரல் அளப்பரிய தாக்கம் ஏற்படுத்துகிறது. செய்தித்தாள்கள், பத்திரிகைகள், செய்திக் கட்டுரைகள் போன்றவை உங்களுடைய விற்பனைப் பொருளைப் பற்றிக் குறிப்பிடுவது உங்கள் நம்பகத்தன்மையை வளர்த்தெடுக்கிறது. உங்கள் பொருளைப் பயன்படுத்துகின்ற பிரபலங்களும் உங்கள் நம்பகத்தன்மைக்கு வலு சேர்க்கின்றனர். அதிகாரம் மற்றும் செழிப்பின் அறிகுறிகளான நேர்த்தியான உடை, உயர்தரக் கைப்பெட்டி, கைக்கடிகாரம், உயர்தரப் பேனா போன்றவையும் உங்கள் நம்பகத்தன்மையை அதிகரிக்கின்றன. எல்லோரும் விரும்புகின்ற ஒரு

வசீகரமான பொருளை நீங்கள் நிர்ணயித்துள்ள விலையில் வெற்றிகரமாக விற்றுக் கொண்டிருக்கின்ற ஒரு விற்பனையாளர்தான் நீங்கள் என்ற செய்தியை அவை சொல்லாமல் சொல்லுகின்றன.

5. **விற்பனைப் பொருள்.** உங்கள் வாடிக்கையாளருக்குத் தேவையான குறிப்பிட்ட நன்மைகளை உங்கள் பொருள் வழங்கும்போது, அவர் அப்பொருள்மீது கொண்டுள்ள நம்பிக்கை அதிகரிக்கிறது. அவர் அதற்குக் கொடுக்கும் விலையைவிட அதிகமான நன்மைகள் அவருக்குக் கிடைப்பதை நீங்கள் அவருக்கு எடுத்துக்காட்டும்போது, அவருக்கு அப்பொருள்மீதும் உங்கள்மீதுமான நம்பிக்கையை நீங்கள் வளர்த்தெடுக்கிறீர்கள், அப்பொருளை வாங்கும் ஆசையை அதிகரிக்கிறீர்கள். உங்கள் பொருளுக்கு நீங்கள் உத்தரவாதங்களைக் கொடுப்பதும் உங்கள் நம்பகத்தன்மையை அதிகரிக்கிறது, உங்கள் வாடிக்கையாளர் உங்களிடமிருந்து வாங்குவதற்கு அவரை உந்தித் தள்ளுகிறது.

இந்த ஐந்து அம்சங்களிலும் தங்கள் வாடிக்கையாளர்களிடமும் தங்களுடைய நம்பகத்தன்மையைத் தொடர்ந்து அதிகரிப்பதன்மீது கவனம் செலுத்துகின்றவர்கள்தான் வெற்றிகரமான விற்பனையாளர்களாகத் திகழுகின்றனர்.

செய்முறைப் பயிற்சிகள்

1. உங்கள் வாடிக்கையாளரின் மனத்தில் எழுகின்ற தோல்வி பயத்தைக் குறைப்பதற்கு நீங்கள் செய்யக்கூடிய மூன்று விஷயங்களைப் பட்டியலிடுங்கள்.
2. உங்களுடைய விற்பனை நடவடிக்கைகளில் நீங்கள் செயல்படுத்தக்கூடிய, நம்பகத்தன்மையை வளர்த்தெடுப்பதற்கான மூன்று முக்கிய அம்சங்களைப் பட்டியலிடுங்கள்.

அத்தியாயம் பதினாறு

ஆட்சேபனைகளைத் திறமையாகக் கையாளுங்கள்

ஆட்சேபனைகள் என்பவை விற்பனைச் செயல்முறையின் ஓர் இயல்பான மற்றும் தவிர்க்கப்பட முடியாத பகுதியாகும். ஆனாலும், விற்பனைப் பொருளின் விலை அதிகமாக இருப்பதன் அடிப்படையிலோ, அல்லது போட்டியாளர்கள் கூடுதல் சலுகைகள் கொடுப்பதன் அடிப்படையிலோ, அல்லது வேறு ஏதோ ஒரு காரணத்தின் அடிப்படையிலோ வாடிக்கையாளர்கள் ஆட்சேபிக்கத் தொடங்கும்போது, பல விற்பனையாளர்கள் ஊக்கமிழந்துவிடுகின்றனர், மனம் தளர்ந்துவிடுகின்றனர்.

இன்று தினமும் நூற்றுக்கணக்கான விளம்பரச் செய்திகள் வாடிக்கையாளர்களைச் சரமாரியாகத் தாக்குகின்றன என்பதுதான் உண்மை. அதன் விளைவாக, எந்தவொரு விற்பனையாளரையும் அவர்கள் சந்தேகக் கண்களுடனேயே பார்க்கின்றனர், தங்கள் நேரத்தையும் பணத்தையும் குறித்து அவர்கள் அதிக எச்சரிக்கையாக இருக்கின்றனர்.

நீங்கள் விற்றுக் கொண்டிருப்பது எதுவானாலும் சரி, அது குறித்து வாடிக்கையாளர்களிடம் ஏகப்பட்டக் கேள்விகள் இருக்கும். அவர்களிடம் அப்பொருளை விற்பதற்கு முன்பாக நீங்கள் அவர்களுடைய கேள்விகள் அனைத்திற்கும் திருப்திகரமாக விடையளித்தாக வேண்டும். வாடிக்கையாளர்களிடம் இருந்து வருகின்ற இந்தக் கேள்விகளையும் ஆட்சேபனைகளையும் கையாளுவதற்கான உங்கள் திறன், விற்பனையில் நீங்கள் வெற்றி பெறுவதற்கு இன்றியமையாத ஒரு முக்கியத் திறமையாக இருக்கிறது.

ஆட்சேபனைகள் நல்லவைதான். வாடிக்கையாளர்களுக்கு உங்கள் பொருள்மீது ஆர்வம் இருப்பதையும், அவர்களுடைய மனத்தை ஏதோ ஒரு விதத்தில் நீங்கள் தொட்டுவிட்டீர்கள் என்பதையும் அவை உணர்த்துகின்றன. வெற்றிகரமான விற்பனைகள், வெற்றி கிட்டாத விற்பனைகளைவிட இரண்டு மடங்கு அதிக ஆட்சேபனைகளை எதிர்கொள்ளுகின்றன.

ஆறின் விதி

ஆட்சேபனைகளைக் கண்டுகொள்ளுவதற்கும் அவற்றிலிருந்து மீளுவதற்கும் நீங்கள் பயன்படுத்தக்கூடிய மிகவும் சக்திவாய்ந்த கொள்கைகளில் ஒன்று இது. ஒரு விற்பனைப் பொருளுக்கு ஆறுக்கும் குறைவான ஆட்சேபனைகளே எழும் என்று இவ்விதி கூறுகிறது.

உங்களுடைய ஆறு முக்கிய ஆட்சேபனைகள் என்னவென்று கண்டறியுங்கள். பின்வரும் வாக்கியத்தை இட்டு நிரப்புங்கள்: "நம்முடைய வாடிக்கையாளர்கள் மட்டும் ________________ (ஆட்சேபனை) என்று கூறாவிட்டால், நம் கடைக்குள் வருகின்ற ஒவ்வொருவரிடமும் நம்மால் விற்பனை செய்ய முடியும்."

ஒரு வாரம் முழுவதும் அல்லது ஒரு மாதம் முழுவதும் உங்களிடம் தெரிவிக்கப்படுகின்ற ஆட்சேபனைகளை ஒரு பட்டியலிடுங்கள். பிறகு, அவற்றை ஆறு வகைகளின்கீழ் பிரித்துக் கொள்ளுங்கள். பொருளுக்குப் பொருளும் சந்தைக்குச் சந்தையும் அவை வேறுபடும்.

உங்களுடைய ஆறு முக்கிய ஆட்சேபனைகளை நீங்கள் தீர்மானித்தப் பிறகு, அவை ஒவ்வொன்றுக்கும் பொருத்தமான சரியான விடைகளை உருவாக்க வேண்டியதுதான் உங்கள் வேலை.

முக்கியக் கேள்வி

“வாடிக்கையாளர்கள் ஏன் நம்மிடமிருந்து நம்முடைய பொருளை வாங்குவதில்லை?” என்பதுதான் ஆட்சேபனைகளுக்கு பதிலளிப்பதில் உள்ள முக்கியக் கேள்வியாகும். இக்கேள்விக்கான விடையைக் கண்டுபிடித்து, அந்த ஆட்சேபனையை அந்த வாடிக்கையாளரின் மனத்திலிருந்து நீக்குவதற்கு ஒரு பொருத்தமான காரணத்தை அவருக்குக் கொடுப்பதுதான் உங்கள் வேலை.

ஓர் ஆட்சேபனையை அதிகத் தகவல் கேட்டு விடுக்கப்படுகின்ற ஒரு கோரிக்கையாகக் கருதுங்கள். எடுத்துக்காட்டாக, “உங்கள் பொருளின் விலை மிகவும் அதிகம்,” என்று உங்கள் வாடிக்கையாளர் கூறக்கூடும்.

அதற்கு நீங்கள், “எங்களுடைய பொருளின் விலை ஏன் எங்கள் போட்டியாளர்கள் அதே பொருளுக்கு நிர்ணயித்துள்ள விலையைவிட அதிகம் என்று நீங்கள் கேட்கிறீர்கள். இது ஒரு நல்ல கேள்வி. இதற்கு என்னால் விடையளிக்க முடிகிறதா என்று நான் பார்க்கிறேன்,” என்று பதிலளிக்கலாம்.

உங்கள் வாடிக்கையாளர் எழுப்பும் ஆட்சேபனையைப் பாராட்டுங்கள். மேலும் பல ஆட்சேபனைகளை ஊக்குவியுங்கள். “இது ஒரு நல்ல கேள்வி! இதற்கு என்னால் விடையளிக்க முடிகிறதா என்று நான் பார்க்கிறேன்,” என்று கூறுங்கள்.

ஆட்சேபம் தெரிவிப்பதை எளிதாக்குங்கள்

ஒவ்வொரு வாடிக்கையாளரிடமும் ஏராளமான ஆட்சேபனைகளும் சந்தேகங்களும் இருக்கின்றன. அவற்றை நீங்கள் அவரிடமிருந்து வெளிக்கொணர வேண்டும். ஒரு வாடிக்கையாளரின் மனத்தில் ஒரே ஓர் ஆட்சேபனை மட்டுமே

இருந்தால், அவர் எதுவும் கூற மாட்டார். அதே சமயத்தில், அவர் உங்களிடமிருந்து எதையும் வாங்கவும் மாட்டார். எனவே, அவர் என்ன கூறினாலும் சரி, அதை நீங்கள் எத்தனை முறை ஏற்கனவே செவிமடுத்திருந்தாலும் சரி, அவருடைய ஆட்சேபனையை நீங்கள் முழுமையாகக் கேட்டுத் தெரிந்து கொண்டாக வேண்டும்.

ஒரு வாடிக்கையாளர் உங்கள் பொருள் குறித்து ஆட்சேபம் தெரிவிக்கும்போது அல்லது எதிர்மறையாக விமர்சிக்கும்போது, உன்னிப்பாகக் காது கொடுத்துக் கேட்பதன் மூலம் நீங்கள் அவருடைய வாதங்களுக்குச் சரியான எதிர்வாதங்களை முன்வைத்தாக வேண்டும். அவர் பேசும்போது குறுக்கிடாமல் கேளுங்கள். அவருக்கு பதிலளிப்பதற்கு முன்பாக ஒருசில கணங்கள் அமைதியாக இருங்கள். அவருடைய சந்தேகத்தையோ அல்லது ஆட்சேபனையையோ முழுமையாகப் புரிந்து கொள்ளுவதற்கு அது குறித்து அவரிடம் கேள்வி கேளுங்கள். பிறகு அதை உங்களுடைய சொந்த வார்த்தையில் அவரிடம் மீண்டும் கூறி, நீங்கள் அதை ஒழுங்காகப் புரிந்து கொண்டிருப்பதை உறுதி செய்து கொள்ளுங்கள்.

ஆட்சேபனைகளுக்கு பதிலளித்தல்

எந்தவோர் ஆட்சேபனைக்கும் பல பதில்கள் இருக்கின்றன. எந்தவோர் உரையாடலும் கேள்விகள் கேட்பவரின் கட்டுப்பாட்டில்தான் இருக்கிறது என்பதை நினைவில் வைத்திடுங்கள். ஓர் ஆட்சேபனைக்கு பதிலளிக்கும்போது ஒரு விடையைச் சொல்லி பதிலளிப்பதற்கு பதிலாக ஒரு கேள்வியால் அதற்கு பதிலளியுங்கள்.

"நீங்கள் இவ்வாறு கூறுவதற்குப் பின்னால் ஒரு நியாயமான காரணம் இருக்கிறது என்பதை நான் ஒப்புக் கொள்ளுகிறேன். ஆனால் அது என்னவென்று நான் தெரிந்து கொள்ளலாமா?" என்று நீங்கள் கேட்கலாம். இவ்வாறு கேட்டுவிட்டு நீங்கள் அமைதியாக இருக்க வேண்டும். பல சமயங்களில், உங்கள் வாடிக்கையாளரிடம் எந்தவொரு நியாயமான காரணமும் இருக்காது. இது நீங்கள் அமைதியாக இருக்கும்போது தானாக வெளிப்படும்.

ஓர் ஆட்சேபனைக்கு பதிலளிப்பதற்கான இன்னொரு வழி, "நீங்கள் கூறுவதற்குத் துல்லியமாக என்ன அர்த்தம்?" என்று கேட்பது. இந்தக் கேள்வியைக் கேட்டப் பின்னரும் நீங்கள் அமைதியாக இருக்க வேண்டும்.

ஒருவர் ஓர் ஆட்சேபனையைத் தெரிவிக்கும்போது, அவர் கூறுவதை உன்னிப்பாகக் கேட்பதன் மூலம் நம்பிக்கையை நீங்கள் வளர்த்தெடுக்கலாம். உங்கள் வாடிக்கையாளர் கூறுவதை நீங்கள் எவ்வளவு அதிகத் தீவிரமாக கவனிக்கிறீர்களோ, அவ்வளவு அதிகமாக அவர் உங்களை விரும்புவார், அவ்வளவு அதிகமாக உங்களை நம்புவார். உங்களிடமிருந்து உங்கள் பொருளை வாங்க அவர் அவ்வளவு அதிக ஆர்வம் காட்டுவார்.

குழப்பமான புரிதலைத் தவிர்த்துவிடுங்கள்

பெரும்பாலான ஆட்சேபனைகள் குழப்பமான புரிதலில் இருந்துதான் முளைக்கின்றன. உங்கள் பொருள் எந்தப் பிரச்சனையைத் தீர்க்கும் என்பது பற்றி உங்கள் வாடிக்கையாளருக்குத் தெளிவாகப் புரியவில்லை. அப்பொருள் தன்னுடைய எந்தத் தேவையை நிறைவேற்றும் என்பதும் அவருக்குத் தெளிவாகப் புரியவில்லை. உங்கள் பொருளின் விலையோடு ஒப்பிடுகையில் அது அவருக்கு வழங்கக்கூடிய நன்மைகள் பற்றியும் அவர் தெளிவாகப் புரிந்து கொள்ளவில்லை. உங்கள் பொருளின் தனிச்சிறப்பு அவருக்கு விளங்கவில்லை.

இறுதியாக, உங்கள் பொருளை இக்கணமே வாங்குவதற்கு அவரிடம் எந்தக் காரணமும் இல்லை. அவருக்கு அதற்கு எந்த அவசரமும் இல்லை. இவை எல்லாமாகச் சேர்ந்து அவருக்குக் குழப்பத்தை உண்டாக்குகின்றன. இறுதியில், "நான் இது குறித்து யோசிக்க வேண்டும்," என்று அவர் உங்களிடம் கூறிவிடுகிறார்.

விலை தொடர்பான ஆட்சேபனைகளைக் கையாளுதல்

விலை தொடர்பான ஆட்சேபனைகளைக் கையாளுவதற்கு நிரூபிக்கப்பட்டப் பல வழிகள் இருக்கின்றன. இத்தகைய ஆட்சேபனைகள் ஒவ்வொரு விற்பனையிலும் எழுகின்றன.

"உங்கள் பொருளின் விலை மிகவும் அதிகம்," என்று உங்கள் வாடிக்கையாளர் கூறும்போது, பின்வரும் கேள்விகளை அவரிடம் கேளுங்கள்:

1. நீங்கள் ஏன் அப்படிக் கூறுகிறீர்கள்?
2. உங்களுக்கு ஏன் அப்படித் தோன்றுகிறது?
3. விலை மட்டும்தான் இங்கு உங்களுக்குப் பிரச்சனையா?
4. வேறு ஏதேனும் ஆட்சேபனை இருக்கிறதா?

உங்கள் வாடிக்கையாளர் தன்னுடைய தேவைகளைக் கண்டுகொள்ளுவதற்கு முன்பாகவும், நீங்கள் உங்கள் பொருளின் நன்மைகளை அவரிடம் எடுத்துரைப்பதற்கு முன்பாகவும், உங்கள் பொருளின் விலையைப் பற்றித் தெரிந்து கொள்ளுவதில் அவர் மும்முரமாக இருந்தால், "விலை உங்களுக்கு முக்கியம் என்பது எனக்குத் தெரிகிறது. இன்னும் ஒரு நிமிடத்தில் நாம் அது பற்றிப் பேசலாமா?" என்று கேட்டு, விலையைப் பற்றிய உரையாடலைச் சிறிது நேரம் தள்ளிப் போடுங்கள்.

ஆட்சேபனைகள் என்பவை வெற்றி ஏணியின் படிக்கட்டுகள் என்பதை நினைவில் வைத்திடுங்கள். நீங்கள் எவ்வளவு அதிகமான ஆட்சேபனைகளை எதிர்கொள்ளுகிறீர்களோ, உங்கள் வாடிக்கையாளருக்கு உங்கள் பொருள்மீது அவ்வளவு அதிக ஆர்வம் ஏற்படுகிறது. எனவே, நீங்கள் ஓர் ஆட்சேபனையைச் செவிமடுக்கும்போது, அது குறித்து நீங்கள் நன்றியுணர்வு கொள்ள வேண்டும். பிறகு, அந்த ஆட்சேபனையை உங்கள் வாடிக்கையாளர் உங்கள் பொருளை வாங்குவதற்கான ஒரு காரணமாக நீங்கள் மாற்ற வேண்டும்.

செய்முறைப் பயிற்சிகள்

1. உங்கள் பொருளை வாங்கக்கூடிய சாத்தியமுள்ள நபர்களிடமிருந்து பொதுவாக நீங்கள் எதிர்கொள்ளுகின்ற இரண்டு அல்லது மூன்று ஆட்சேபனைகளைக் கண்டுபிடியுங்கள்.

2. ஒரு விற்பனை உரையாடலில் நீங்கள் பொதுவாக எதிர்கொள்ளுகின்ற ஆட்சேபனைகளுக்கு நீங்கள் கொடுக்கக்கூடிய மிகச் சிறந்த பதில்களைக் கண்டுபிடியுங்கள். இந்த பதில்கள், நீங்கள் ஒரு வெற்றிகரமான விற்பனையைச் செய்து முடிப்பதற்கு வழி வகுக்கும்படி இருக்க வேண்டும்.

அத்தியாயம் பதினாறு

நடவடிக்கை எடுக்கும்படி வாடிக்கையாளர்களைக் கேட்டுக் கொள்ளுங்கள்

விற்பனை உரையாடலின் இறுதிக் கட்டத்தை நீங்கள் அடைந்துள்ள நிலையில், உங்கள் பொருள் உங்கள் வாடிக்கையாளருக்குத் தேவை என்பதையும், அதை அவர் விரும்புகிறார் என்பதையும், அதை அவரால் பயன்படுத்த முடியும் என்பதையும், அப்பொருளை வாங்குவது அவருக்குக் கட்டுப்படியாகும் என்பதையும் நீங்கள் தெளிவாக அறிந்திருக்கும்போது, மேற்கொண்டு நடவடிக்கை எடுக்கும்படி அவரிடம் கேட்பதற்கான சரியான நேரம் அதுதான்.

தான் உங்களை நம்புவதாக அவர் உங்களுக்கு உணர்த்தி, உங்கள் பொருளை வாங்குவது குறித்துத் தன்னுடைய விருப்பத்தை உங்களிடம் வெளிப்படுத்தும்போது, பின்வரும் உத்திகளில் ஒன்றைப் பயன்படுத்தி நீங்கள் அவரிடம் விற்பனையை நிறைவு செய்யலாம்.

உறுதிப்படுத்தும் கேள்விகளைக் கேளுங்கள்

நீங்கள் விற்பனையை முழுமை செய்வதற்கு முன்பாக, உங்களுடைய இறுதிக் கேள்விக்கு உங்கள் வாடிக்கையாளர் உண்மையிலேயே தயாராக இருக்கிறாரா என்பதைத் தெளிவாகத் தெரிந்து கொள்ளுவதற்கு நீங்கள் அவரிடம் கேட்கக்கூடிய உறுதிப்படுத்தும் இரண்டு கேள்விகள் இருக்கின்றன. "இப்பொருள் பற்றி நீங்கள் மேலும் தெரிந்து கொள்ள வேண்டிய விஷயங்களோ அல்லது வேறு ஏதேனும் சந்தேகங்களோ உங்களுக்கு இருக்கின்றனவா?" என்பது நீங்கள் கேட்க வேண்டிய முதல் கேள்வி. "இல்லை," என்பது அவருடைய பதிலாக இருந்தால், அவர் உங்கள் பொருளை வாங்கத் தயாராக இருக்கிறார் என்று அர்த்தம்.

"இப்பொருள் உங்களுக்கு அர்த்தம் வாய்ந்ததாக இருப்பதாக நீங்கள் உறுதியாக நம்புகிறீர்களா?" என்பது உங்களுடைய இரண்டாவது கேள்வியாக இருக்கலாம். உங்கள் வாடிக்கையாளர் அதற்கு "ஆமாம்," என்று பதிலளித்தால், அவர் உங்கள் பொருளை வாங்குவது குறித்து ஒரு தீர்மானத்தை மேற்கொள்ளத் தயாராகிவிட்டார் என்று அர்த்தம்.

ஐந்து நிறைவுக் கேள்விகள்

வெற்றிகரமான விற்பனையாளர்கள் பயன்படுத்துகின்ற, விற்பனையை முடிப்பதற்கான ஐந்து முக்கியமான உத்திகள் இவை:

1. தேர்ந்தெடுப்பு சார்ந்த உத்தி

இரண்டு பொருட்களில் ஒன்றைத் தேர்ந்தெடுப்பதற்கான ஒரு வாய்ப்பை உங்கள் வாடிக்கையாளருக்குக் கொடுங்கள். "நீங்கள் எதை விரும்புகிறீர்கள்? ______________ அல்லது ______________?"

ஆமாம் அல்லது இல்லை என்று விடையளிப்பதைவிட, இரண்டில் ஒன்றைத் தேர்ந்தெடுப்பது உங்கள் வாடிக்கையாளருக்கு அதிக எளிதாக இருக்கும். நீங்கள் ஒரே ஒரு பொருளை மட்டுமே

விற்கிறீர்கள் என்றால், பணம் செலுத்துவது தொடர்பான தேர்ந்தெடுப்பு வாய்ப்பை அவருக்குக் கொடுங்கள். அல்லது அப்பொருளை எந்த விதத்தில் நீங்கள் அவருடைய வீட்டில் கொண்டுபோய்ச் சேர்ப்பதை அவர் விரும்புகிறார் என்று நீங்கள் கேட்டறியலாம்.

எடுத்துக்காட்டாக, "பணத்தை நீங்கள் ரொக்கமாகச் செலுத்த விரும்புகிறீர்களா அல்லது அடுத்தப் பன்னிரண்டு மாதங்களின் ஊடாகத் தவணை முறையில் செலுத்த விரும்புகிறீர்களா?" என்று நீங்கள் கேட்கலாம்.

2. அழைப்பு சார்ந்த உத்தி

இது மிகவும் சக்திவாய்ந்த நிறைவு உத்தி என்று பலர் கருதுகின்றனர். விற்பனை உரையாடலின் முடிவில், நீங்கள் விளக்கிக் காட்டியுள்ள பொருள் உங்கள் வாடிக்கையாளருக்கு மிகவும் பிடித்துப் போய்விட்டது என்பது உங்களுக்குத் தெளிவாகத் தெரியும்போது, "இதை நீங்கள் வாங்கிப் பயன்படுத்திப் பார்த்தால் என்ன?" என்று நீங்கள் அவரிடம் கேட்கலாம்.

நீங்கள் விற்கும் பொருள் அளவில் பெரியதாகவோ அல்லது மிக அதிக விலை கொண்டதாகவோ இருந்தால்கூட, "இப்பொருள் உங்களுக்குப் பிடித்திருந்தால், இதை நீங்கள் ஒரு முறை முயற்சித்துப் பார்த்தால் என்ன?" என்று நீங்கள் கேட்டு விற்பனையை நிறைவு செய்யலாம். நீங்கள் கேட்கக்கூடிய மேலும் சில கேள்விகள் இவை:

"இதை நீங்கள் உங்களுடன் கொண்டு செல்ல விரும்புகிறீர்களா?"

"விற்பனையை நிறைவு செய்வது தொடர்பாக நான் மீதி வேலைகளைத் துவக்கலாமா?"

"இதுதான் நீங்கள் விரும்புகின்ற பொருளா?"

உங்கள் விற்பனை விளக்கவுரையின் முடிவில், உங்கள் வாடிக்கையாளருக்கு எப்போதும் ஓர் அழைப்பு விடுங்கள். வாங்குவது குறித்த ஒரு தீர்மானத்தை மேற்கொள்ளும்படி அவரிடம் கேட்டுக் கொள்ளுங்கள்.

3. வழிகாட்டுதல் சார்ந்த உத்தி

இது அனுமான உத்தி என்றும் அழைக்கப்படுகிறது. உங்கள் வாடிக்கையாளர் உங்களிடமிருந்து வாங்கத் தீர்மானித்துவிட்டதாக நீங்கள் அனுமானிக்கிறீர்கள். பிறகு, “உங்களிடம் மேலும் எந்தக் கேள்விகளும் இல்லை என்றால், அடுத்த நடவடிக்கையாக . . .” என்று நீங்கள் கூறுகிறீர்கள்.

எடுத்துக்காட்டாக, “நான் இதுவரை உங்களிடம் விளக்கிக் காட்டியுள்ள விஷயங்கள் உங்களுக்குப் பிடித்திருக்கின்றனவா?” என்று நீங்கள் கேட்கிறீர்கள்.

“ஆமாம். இது பிரமாதமாக இருக்கிறது,” என்று உங்கள் வாடிக்கையாளர் கூறுகிறார்.

“அப்படியானால், அடுத்த நடவடிக்கையாக . . .” என்று நீங்கள் மேலும் தொடருகிறீர்கள்.

பிறகு நீங்கள் உங்கள் செயற்திட்டத்தை அவரிடம் விவரிக்கலாம். “இப்போது நாம் விற்பனை ஆவணங்களை நிரப்பலாம். இந்தக் குறிப்பிட்டத் தொகைக்கு நீங்கள் எனக்கு முன்பணம் கொடுத்துவிடுங்கள். பிறகு நாங்கள் உங்கள் ஆர்டரைக் கையாளத் தொடங்குவோம். வரும் வாரத்திற்கு அடுத்த வாரம் புதன்கிழமையன்று இப்பொருள் உங்களை வந்தடையும். இது உங்களுக்குச் சம்மதமா?” என்று கேட்கலாம்.

4. அதிகாரம் வழங்கல் சார்ந்த உத்தி

நீங்கள் உங்கள் விற்பனை உரையாடலின் கடைசிக் கட்டத்திற்கு வந்துவிட்டீர்கள். நீங்கள் உங்கள் வாடிக்கையாளருக்கு விளக்கிக் காட்டியுள்ள பொருளை அவர் விரும்புவது தெரிகிறது. நீங்கள் வெறுமனே, “நீங்கள் இந்த ஆர்டரில் உங்கள் ஒப்புதலை வழங்கிவிட்டால், மற்ற வேலைகளை நாம் உடனடியாகத் துவக்கிவிடலாம்,” என்று கூறலாம்.

பிறகு, நீங்கள் உங்கள் ஆர்டர் படிவத்தை எடுத்து அவரிடம் கொடுத்து, அதில் அவரைக் கையெழுத்திடச் செய்யுங்கள்.

பிறகு, “நம்முடைய கலந்துரையாடலின் அடிப்படையில் மற்ற விபரங்களை நான் நிரப்பிக் கொள்ளுகிறேன். கூடுதல் கட்டணத் தொகையை நான் உங்கள் உதவியாளரிடமிருந்து

வாங்கிக் கொள்ளுகிறேன். அடுத்த வாரம் உங்கள் பொருள் உங்களை வந்தடைந்துவிடும்," என்று கூறுங்கள்.

5. இரண்டாம்பட்ச விவகாரம் சார்ந்த உத்தி

இது மிகவும் எளிய உத்தி, ஆனால் மிகவும் சக்திவாய்ந்தது. இங்கு நீங்கள் ஒரு முக்கியமான விஷயத்தைச் சொல்லி விற்பனையை முடிப்பதற்கு பதிலாக, ஒரு இரண்டாம்தர விஷயத்தைச் சொல்லி விற்பனையை முடிவுக்குக் கொண்டுவருகிறீர்கள்.

எடுத்துக்காட்டாக, மிகவும் விலையுயர்ந்த ஒரு வீட்டை நீங்கள் விற்றுக் கொண்டிருக்கக்கூடும். இச்சமயத்தில் நீங்கள் ஓர் இரண்டாம் நிலைக் கேள்வியைக் கேட்டு, உங்கள் வாடிக்கையாளர் அதற்கு ஒப்புதல் தெரிவித்தால், அவர் அந்த வீட்டை வாங்கத் தீர்மானித்துவிட்டார் என்று பொருள். எடுத்துக்காட்டாக, "நீங்கள் அடுத்த மாதம் ஒன்றாம் தேதி இவ்வீட்டிற்குக் குடிவர விரும்புகிறீர்களா அல்லது பதினைந்தாம் தேதி வர விரும்புகிறீர்களா?" என்று நீங்கள் கேட்கலாம்.

அவர் அதில் எதைத் தேர்ந்தெடுத்தாலும், அவர் அந்த வீட்டை வாங்கத் தீர்மானித்துவிட்டார் என்று அர்த்தம். வீட்டிற்குக் குடி வருவது ஓர் இரண்டாம்பட்ச விவகாரமாகும். வீட்டை வாங்க மேற்கொள்ளப்படுகின்ற தீர்மானம்தான் இங்கு முக்கியமான விவகாரம்.

நீங்கள் இவ்வாறு கேள்வி கேட்பதால், நீங்கள் உங்கள் வாடிக்கையாளரைத் தவறாக வழிநடத்துகிறீர்கள் என்றோ அல்லது அவரை ஏமாற்ற முயற்சிக்கிறீர்கள் என்றோ அர்த்தமாகாது. வீடு வாங்குதல் என்ற ஒரு பெரிய தீர்மானத்தை மேற்கொள்ளுவதால் ஏற்படக்கூடிய மன அழுத்தத்தைக் குறைப்பதற்காக நீங்கள் ஒரு சிறிய விஷயத்தின்மீது அவருடைய கவனத்தைத் திருப்புகிறீர்கள், அவ்வளவுதான்.

விலையுயர்ந்த ஒரு காரை நீங்கள் விற்றுக் கொண்டிருந்தால், "உங்கள் காரில் எந்த வகையான டயர்களை நீங்கள் விரும்புகிறீர்கள் – மிச்செலின் டயர்களா அல்லது எங்கள் தொழிற்சாலையில் உற்பத்தி செய்யப்படுகின்ற டயர்களா?" என்று நீங்கள் கேட்கலாம்.

"எனக்கு மிச்செலின் டயர்கள் வேண்டும்," என்று அவர் கூறும்போது, அவர் அந்தக் காரை வாங்கத் தீர்மானித்துவிட்டார் என்று பொருள்.

விற்பனையில் உள்ள மிகவும் சக்திவாய்ந்த வார்த்தை

கேட்டல்தான் விற்பனையை நிறைவு செய்வதில் உள்ள மிக முக்கியமான வார்த்தையாகும். உங்கள் பொருளை வாங்குவது தொடர்பான ஒரு தீர்மானத்தை மேற்கொள்ளும்படி உங்கள் வாடிக்கையாளரிடம் கேட்டுக் கொள்ளுங்கள். விற்பனையில் அடுத்தக் கட்டத்திற்குச் செல்ல அவருடைய சம்மதத்தைக் கேளுங்கள். குறைந்தபட்சம், "இப்போது நீங்கள் என்ன செய்ய விரும்புகிறீர்கள்?" என்றாவது கேளுங்கள்.

விற்பனையைச் செய்து முடிப்பதில் நீங்கள் வளர்த்துக் கொள்ள வேண்டிய மிக முக்கியமான பண்புநலன் துணிச்சல்தான். பயிற்சியின் மூலமாகத்தான் துணிச்சல் வளரும்.

உங்கள் விற்பனை உரையாடலின் முடிவில், உங்களால் அந்த விற்பனையை முடிக்க முடியாவிட்டாலோ அல்லது அச்சமயத்தில் அது பொருத்தமற்றதாக இருந்தாலோ, அடுத்தக் கட்டத்திற்குப் போவதற்கான ஒப்புதலையாவது உங்கள் வாடிக்கையாளரிடமிருந்து பெற்றுக் கொள்ளுங்கள். "நாம் இப்போது என்ன செய்ய வேண்டும்?" என்று அவரிடம் கேளுங்கள். அடுத்தச் சந்திப்பிற்கு அவரோடு சேர்ந்து ஒரு நாளைக் குறித்துக் கொள்ளுங்கள். அந்தச் சந்திப்பின்போது அவருக்குக் கூடுதல் தகவல்களைக் கொடுங்கள், விற்பனை உரையாடலை முன்னோக்கி எடுத்துச் செல்லுங்கள்.

செய்முறைப் பயிற்சிகள்

1. உங்கள் பொருளை வாங்குவது தொடர்பான தீர்மானத்தை மேற்கொள்ளும்படி உங்கள் வாடிக்கையாளரிடம் கேட்பதற்கு முன்பாக நீங்கள் எதைச் செய்வதை உறுதி செய்து கொள்ள வேண்டும்?
2. விற்பனையை நிறைவு செய்ய உதவக்கூடிய ஏதேனும் ஓர் உத்தியை அல்லது கேள்வியை வடிவமைத்து, அதைப் பயிற்சி செய்து கச்சிதமாக்குங்கள். உங்களுடைய விற்பனை நடவடிக்கைகளில் எப்போதும் அதைப் பயன்படுத்துங்கள்.

அத்தியாயம் பதினெட்டு

வாடிக்கையாளர்களுக்குச் சிறப்பான சேவையை வழங்குங்கள்

"ஒரு வாடிக்கையாளரை உருவாக்குவதும் அவரைத் தக்கவைத்துக் கொள்ளுவதும்தான் ஒரு வியாபாரத்தின் நோக்கம்," என்று பீட்டர் டிரக்கர் கூறியுள்ளார்.

ஒரு வியாபாரம் தன்னுடைய நோக்கத்தை நிறைவேற்றிக் கொண்டிருக்கிறதா என்று எப்படிக் கூறுவது? அது மிகவும் எளிது. வாடிக்கையாளர் திருப்தி என்பதுதான் அதற்கான பதில். உங்களிடமிருந்து ஒரு பொருளை வாங்கியது குறித்து உங்கள் வாடிக்கையாளர்கள் மகிழ்ச்சியாக இருக்கின்றனர் என்பதும், மீண்டும் உங்களிடமிருந்து ஒன்றை வாங்க அவர்கள் அகரீதியாக ஊக்குவிக்கப்பட்டுள்ளனர் என்பதும்தான் உங்கள் வியாபார வெற்றிக்கான உண்மையான அளவீடாகும்.

மிகச் சிறந்த நிறுவனங்களும் மிகச் சிறந்த நபர்களும் வாடிக்கையாளர் சேவையை மிகத் தீவிரமாக எடுத்துக் கொள்ளுகின்றனர். வாடிக்கையாளர்கள்தான் மிகவும்

முக்கியமானவர்கள் என்று அவர்கள் கருதுகின்றனர். அவர்கள் செய்கின்ற எல்லா விஷயங்களும் ஏதோ ஒரு விதத்தில் அவர்களுடைய வாடிக்கையாளர்களைத் திருப்திப்படுத்தும் விதத்திலேயே ஒழுங்கமைக்கப்படுகின்றன.

"எங்களுக்கு ஒரே ஒரு முதலாளிதான் இருக்கிறார். வாடிக்கையாளர்தான் அந்த முதலாளி. தன்னுடைய பணத்தை வேறு எங்கேனும் செலவிட முடிவு செய்வதன் மூலம் எந்த நேரத்தில் வேண்டுமானாலும் அவர் எங்களை வேலையைவிட்டு நீக்கிவிட முடியும்," என்று வால்மார்ட் நிறுவனரான சாம் வால்ட்டன் ஒருமுறை கூறினார்.

எப்போதும் சிறப்பான சேவையை வழங்குங்கள்

உங்கள் நிறுவனம் செழிப்பாக வளருவதற்கும் நீங்கள் உங்கள் தொழில்வாழ்க்கையில் வெற்றியடைவதற்கும் தொடர்ந்து மிக அற்புதமான வாடிக்கையாளர் சேவையை வழங்குவதற்கான திறனை நீங்கள் வளர்த்துக் கொள்ளுவதும் அதைத் தக்கவைத்துக் கொள்ளுவதும் மிகமிக முக்கியம்.

தரத்தைப் பொருத்தவரை சந்தையில் இன்று உங்கள் நிறுவனம் எந்த நிலையில் உள்ளது என்பதுதான் உங்கள் நிறுவனத்தின் எதிர்கால வெற்றியைத் தீர்மானிக்கிறது. நீங்கள் விற்கும் பொருளின் தரத்தையும், அதை நீங்கள் விற்ற விதத்தின் தரத்தையும், அப்பொருளை நீங்கள் உங்கள் வாடிக்கையாளரிடம் கொண்டுசேர்த்த விதத்தின் தரத்தையும் உள்ளடக்கியதுதான் உங்கள் நிறுவனத்தின் தரம் என்று தரத்தை வாடிக்கையாளர்கள் வரையறுக்கின்றனர் என்று ஹார்வர்டு பல்கலைக்கழக ஆய்வு ஒன்று தெரிவிக்கிறது.

தரத்தைப் பொருத்தவரை நீங்கள் எந்த நிலையை வகிக்கிறீர்கள்? வாடிக்கையாளர்களின் தர வரையறைப்படி உங்கள் போட்டியாளர்களோடு ஒப்பிடுகையில் தரத்தில் நீங்கள் எந்த நிலையில் இருக்கிறீர்கள்?

சேவையின் நான்கு நிலைகள்

எந்தவொரு நிறுவனத்திற்கும் வாடிக்கையாளர் சேவையில் நான்கு நிலைகள் இருக்கின்றன. அவை:

1. உங்கள் வாடிக்கையாளர்களைத் திருப்திப்படுத்துங்கள்

நீங்கள் விற்றுள்ள ஒரு பொருள் குறித்து உங்கள் வாடிக்கையாளர் திருப்தியடைவது நீங்கள் உங்கள் தொழிலில் பிழைத்திருப்பதற்கான குறைந்தபட்சத் தேவையாகும். ஆனால் நீங்கள் வெறுமனே அவர்களை திருப்திப்படுத்துவதோடு நின்றுவிட்டால், உங்களுடைய அதே பொருளை உங்கள் போட்டியாளர்கள் ஒரு நல்ல விலையில் விற்றால் உங்கள் வாடிக்கையாளர்கள் அவர்களிடமிருந்து வாங்குவதைப் பற்றி யோசிக்கக்கூடும். மேலும், அவர்களுக்கு உங்களிடம் மிகக் குறைவான விசுவாசமே இருக்கும். மற்றவர்களுக்கு அவர்கள் உங்களைப் பரிந்துரைக்க மாட்டார்கள்.

2. வாடிக்கையாளர்களின் எதிர்பார்ப்புகளைக் கடந்த சேவையை அவர்களுக்கு வழங்குங்கள்

உங்கள் வாடிக்கையாளர்கள் உங்களிடமிருந்து எதிர்பார்க்கின்றவற்றைவிடவும் உங்கள் போட்டியாளர்கள் செய்வதைவிடவும் அதிகமாக எதையேனும் நீங்கள் செய்யும்போது, நீங்கள் உங்கள் போட்டியாளர்களிடமிருந்து உங்களை வேறுபடுத்திக் காட்டுகிறீர்கள். வாடிக்கையாளர்களின் எதிர்பார்ப்புகளையும் கடந்த சேவையை வழங்குவதற்கான உங்கள் திறன் உங்கள் தொழிலில் நீங்கள் வளருவதற்கான குறைந்தபட்சத் தேவையாகும். வாடிக்கையாளர்களின் எதிர்பார்ப்புகளை மிஞ்சுவதற்கு இன்று நீங்கள் செய்கின்ற எதுவொன்றையும் நாளைக்கு உங்கள் போட்டியாளர்கள் அப்படியே நகலெடுப்பர் என்பதை நினைவில் வைத்துக் கொள்ளுங்கள்.

3. உங்கள் வாடிக்கையாளர்களை மகிழ்ச்சிப்படுத்துங்கள்

உங்கள் தொழிற்துறையில் மிக வேகமாக வளர்ந்து கொண்டிருக்கின்ற நிறுவனங்களில் உங்கள் நிறுவனமும்

இடம்பெறுவதற்கு நீங்கள் செய்ய வேண்டிய ஒரு விஷயம் இது. வாடிக்கையாளர்களின் எதிர்பார்ப்புகளை மிஞ்சும் காரியங்களைச் செய்வதோடு மட்டுமல்லாமல், அவர்களை மகிழ்ச்சிப்படுத்தி அவர்களுடைய முகங்களில் ஒரு புன்னகையை வரவழைக்கின்ற விஷயங்களையும் நீங்கள் செய்ய வேண்டும்.

எனக்குத் தெரிந்த ஒரு நவீன உயர்தர உணவகத்தில், வாடிக்கையாளர்கள் சாப்பிட்டு முடித்தப் பிறகு, சிப்பந்திகள் கடைசியாக அவர்களுக்கு ஓர் இலவச பானத்தை வழங்குகின்றனர். எதிர்பாராத இச்செயல் அந்த உணவகத்தின் தாராள குணத்தைக் காட்டுகிறது. வாடிக்கையாளர்கள் அந்த உணவகத்தைவிட்டு வெளியேறும்போது, தங்களுக்கு அங்கு மிகச் சிறப்பான சேவை வழங்கப்பட்டது மட்டுமே அவர்களுடைய நினைவில் இருக்கும். எனவே, அவர்கள் மீண்டும் மீண்டும் அங்கு வருகை தருகின்றனர்.

பல சமயங்களில், ஒரு விற்பனைக்குப் பிறகு, நிறுவனத்தின் மூத்த அதிகாரி ஒருவர் அந்த வாடிக்கையாளரைத் தொலைபேசியில் தொடர்பு கொண்டு, அவர் தங்கள் நிறுவனத்துடன் வியாபாரப் பரிவர்த்தனை செய்து கொண்டதற்காக அவருக்கு நன்றி கூறுகிறார். உங்கள் வாடிக்கையாளர்களை மகிழ்ச்சிப்படுத்துவதற்கான இன்னொரு வழி இது. அவர்கள் உங்களிடமிருந்து மீண்டும் மீண்டும் வாங்குவதற்கு இது அவர்களை மனரீதியாகத் தயார்படுத்துகிறது.

4. உங்கள் வாடிக்கையாளர்களை வியப்பில் ஆழ்த்துங்கள்

உங்கள் வாடிக்கையாளர்களின் எதிர்பார்ப்புகளை மிஞ்சி, அவர்களை மகிழ்ச்சிப்படுத்துவதையும் கடந்த ஒன்று இது. அவர்கள் உங்களைப் பற்றித் தங்கள் நண்பர்களிடமும் மற்றவர்களிடமும் நேர்மறையாகவும் மகிழ்ச்சியாகவும் பேசும் விதத்தில் அவர்களை வியப்பில் ஆழ்த்துகின்ற ஏதோ ஒன்றை நீங்கள் செய்கிறீர்கள்.

சில ஆண்டுகளுக்கு முன்பு, ஃபெடெக்ஸ் கூரியர் நிறுவனத்தின் டென்வர் கிளை ஒரு பெரும் பனிப்புயலை எதிர்கொண்டது. அதன் விளைவாக, டென்வர் நகரிலிருந்து மற்ற ஊர்களுக்குச் செல்லுவதற்கான முக்கியச் சாலைகள் அனைத்தும்

மூடப்பட்டன. எனவே, அந்நிறுவனத்தின் லாரி ஓட்டுனர்களால் தங்களுடைய கடிதங்களையும் பார்சல்களையும் உரிய நபர்களிடம் கொண்டு சேர்க்க முடியாத ஒரு நிலை உருவானது. "நீங்கள் அனுப்பும் பொருள் அடுத்த நாள் காலையிலேயே உரியவரைச் சென்றடைய வேண்டும் என்றால் அதை நாங்கள் எப்படியும் சாத்தியமாக்குவோம்!" என்பது ஃபெடெக்ஸ் நிறுவனத்தின் தாரக மந்திரமாகும். எனவே, டென்வர் கிளையின் மேலாளர் ஓர் அசாதாரணமான காரியத்தைச் செய்தார்.

பனியால் மூடப்பட்டிருந்த நெடுஞ்சாலைகளின் மேலாகப் பறந்து சென்று, கொலராடோ ஸ்பிரிங்ஸ் நகரில் இருந்த தங்கள் வாடிக்கையாளர்களிடம் அவர்களுக்குரிய கூரியர்களைக் கொண்டு சேர்ப்பதற்காக எட்டாயிரம் டாலர்கள் பணம் கொடுத்து ஒரு ஹெலிகாப்டரை அவர் வாடகைக்கு அமர்த்தினார். கொலராடோ ஸ்பிரிங்ஸ் நகரில் ஒரு பெரிய வணிக வளாகத்தில் வாகனங்களை நிறுத்துவதற்கான ஒரு பெரிய இடத்தில் அந்த ஹெலிகாப்டர் தரையிறங்கியது.

தன்னுடைய வாடிக்கையாளர்களுக்குத் தான் கொடுத்த வாக்குறுதியைக் காப்பாற்றுவதற்காக ஃபெடெக்ஸ் நிறுவனம் செய்த இச்செயல் பற்றிய கதை மறுநாள் அனைத்துச் செய்தித்தாள்களிலும் தேசியத் தொலைக்காட்சியிலும் வானொலியிலும் இடம்பெற்றது. அந்நிறுவனத்தின் வாடிக்கையாளர்கள் இன்றுவரை அதன் அர்ப்பணிப்பைப் பற்றிப் பெருமை பொங்கப் பேசுகின்றனர்.

விற்பனை முடிந்த பிறகும் உங்கள் வாடிக்கையாளரைத் தொடர்பு கொண்டு விசாரியுங்கள்

ஒரு விற்பனையாளர் என்ற முறையில், உங்கள் வாடிக்கையாளரிடம் ஒரு பொருளை விற்றப் பிறகு நீங்கள் அவரைக் கையாளுகின்ற விதத்தின் மூலம் அவருடைய எதிர்பார்ப்புகளை உங்களால் மிஞ்ச முடியும், அவரை மகிழ்ச்சிப்படுத்தவும் ஆச்சரியப்படுத்தவும் முடியும்.

அதற்கான நான்கு நடவடிக்கைகள் பின்வருமாறு:

1. உங்கள் வாடிக்கையாளரிடமிருந்து ஆர்டரை வாங்கிக் கொண்ட பிறகு, விற்பனை தொடர்பான ஆவணங்களைத் தயாரிப்பது உட்பட மற்ற அனைத்து வேலைகளையும் விரைவாகச் செய்து முடியுங்கள்.

2. உங்கள் வாடிக்கையாளருக்கு எல்லா நேரங்களிலும் எல்லாத் தகவல்களும் தெரிந்திருக்க வேண்டும். விற்பனையை நிறைவு செய்வதில் ஏதேனும் தாமதம் ஏற்பட்டாலோ அல்லது பிரச்சனை எழுந்தாலோ, உடனடியாக நீங்கள் அவரைத் தொடர்பு கொண்டு விஷயத்தைத் தெரிவிக்க வேண்டும். என்ன நிகழ்ந்து கொண்டிருக்கிறது என்பது அவருக்குத் தெரிந்திருக்க வேண்டும். வாடிக்கையாளர்கள் பொதுவாக உங்களுடைய சூழ்நிலையைப் புரிந்து கொண்டு அனுசரித்துப் போகின்றவர்களாகவே இருக்கின்றனர். ஆனால் உண்மை நிலவரத்தை நீங்கள் அவர்களிடமிருந்து ஒருபோதும் மறைக்கக்கூடாது.

3. விற்பனை வெற்றிகரமாக நிறைவடைந்த பிறகு, உங்கள் வாடிக்கையாளருக்கு ஒரு நன்றிக் குறிப்பை எழுதி அனுப்புங்கள் அல்லது மின்னஞ்சல் மூலம் நன்றி கூறுங்கள். அது ஒரு பெரிய விற்பனையாக இருக்கும் பட்சத்தில், மலர்கள், சாக்லேட்டுகள் போன்ற ஏதேனும் ஒரு பரிசுப் பொருளை அவருக்கு அனுப்பி வையுங்கள். அவர் மீண்டும் மீண்டும் உங்களிடமிருந்து பொருட்களை வாங்குவதை இது பெரிதும் ஊக்குவிக்கும்.

4. ஒரு விற்பனை முழுமையாக முடிவடைந்து நீங்கள் உங்கள் வாடிக்கையாளரிடமிருந்து விடைபெற்றுக் கொள்ளும்போது, அந்தக் கடைசிச் சந்திப்பு எப்போதும் நேர்மறையானதாக இருக்கும்படி பார்த்துக் கொள்ளுங்கள். ஏனெனில், இந்தக் கடைசிச் சந்திப்பு அவர்களுடைய மனத்தில் ஓர் ஆழமான அபிப்பிராயத்தை ஏற்படுத்துகிறது. இதைத்தான் அவர்கள் நீண்டகாலம் நினைவில் வைத்திருப்பர். நீங்கள் ஒரு வாடிக்கையாளரிடமிருந்து விற்பனைக்கான ஆர்டரைப் பெற்றுக் கொள்ளும்போது, அவர் உங்களுடைய பொருளை வாங்குவது குறித்து

அவருக்கு நன்றி கூறி, அப்பொருள் குறித்து அவர் மகிழ்ச்சி கொள்வார் என்ற உத்தரவாதத்தை அவருக்குக் கொடுங்கள். அவருக்கு அப்பொருள் மனநிறைவையும் மகிழ்ச்சியையும் கொடுப்பதற்கு நீங்கள் உங்களால் இயன்ற எல்லாவற்றையும் செய்யப் போவதாக அவருக்கு உறுதியளியுங்கள். அவருக்கு ஏதேனும் சந்தேகம் இருந்தாலோ அல்லது உங்களிடம் ஏதேனும் கேட்க விரும்பினாலோ, அவர் எப்போது வேண்டுமானாலும் உங்களைத் தொடர்பு கொள்ளலாம் என்று கூறி உங்கள் அலைபேசி எண்ணை அவருக்குக் கொடுங்கள். இந்த வகையான செயல்கள் அவர்களுக்கு மகிழ்ச்சியை உண்டாக்கும், அவர்களை வியப்பில் ஆழ்த்தும், அவர்கள் மீண்டும் மீண்டும் உங்களிடமிருந்து பொருட்களை வாங்க அவர்களைத் தூண்டும்.

செய்முறைப் பயிற்சிகள்

1. எதிர்காலத்தில் நீங்கள் மேற்கொள்ளவிருக்கின்ற ஒவ்வொரு விற்பனைக்கு முன்பாகவும் அந்த விற்பனை முடிந்த பிறகும் உங்கள் வாடிக்கையாளர்களை மகிழ்ச்சிப்படுத்துவதற்கு நீங்கள் மேற்கொள்ளக்கூடிய ஒரு நடவடிக்கையைத் தீர்மானித்துக் கொள்ளுங்கள்.
2. உங்கள் வாடிக்கையாளர்களின் வாங்கும் அனுபவத்தை இன்றைவிட அதிக மகிழ்ச்சிகரமானதாக ஆக்குவதற்கு நீங்கள் தொடர்ந்து மேற்கொள்ளப் போகின்ற ஒரு நடவடிக்கையைத் தீர்மானித்துக் கொள்ளுங்கள்.

அத்தியாயம் பத்தொன்பது

வாடிக்கையாளர்களைத் தக்கவைத்துக் கொள்ளுங்கள்

ஒரு வாடிக்கையாளரிடம் நேரடியாக விற்பனை செய்வதற்கு இன்று நானூறு டாலர்கள் பணம் செலவாகிறது. நேரம், பயணம், விளம்பரம், மற்றும் பிற செலவுகள் அதில் அடங்கும். இவ்வளவு செலவு செய்து ஒரு வாடிக்கையாளரைக் கைவசப்படுத்துவது, அவர் மீண்டும் மீண்டும் வாங்கினாலொழிய, எந்தவொரு நிறுவனத்தையும் திவாலாக்கிவிடும்.

சிறந்த நிறுவனங்களும் சிறந்த விற்பனையாளர்களும் வாடிக்கையாளர்களைக் கைவசப்படுத்தி அவர்களை நிரந்தரமாகத் தக்கவைத்துக் கொள்ளுவதற்கான உத்திகளை நடைமுறையில் செயல்படுத்துகின்றனர். நீண்டகால வாடிக்கையாளர் உறவுகளை வளர்த்தெடுப்பதும், கடுமையான போட்டியின்போதுகூட அந்த உறவுகளைத் தக்கவைத்துக் கொள்ளுவதும்தான் உங்கள் இலக்காக இருக்க வேண்டும்.

அதற்கான ஓர் உத்தியை நீங்கள் செயல்படுத்தும்போது, அத்தகைய நீண்டகால உறவுகளை வளர்த்தெடுப்பதற்கும்

தக்கவைத்துக் கொள்ளுவதற்கும் நீங்கள் மேன்மேலும் அதிகமான நடவடிக்கைகளை மேற்கொள்ளுவீர்கள். நீங்கள் எப்போதும் இதே சிந்தனையுடன் இருக்கும்போது, நீங்கள் ஒரு தலைசிறந்த விற்பனையாளராக ஆவதற்கான உத்தரவாதம் கிடைத்துவிடுகிறது.

இரண்டாம் விற்பனையின்மீது கவனம் செலுத்துங்கள்

எந்தவொரு வாடிக்கையாளரிடமும் முதன்முறையாக ஒரு விற்பனையை மேற்கொள்ளுவதுதான் இருப்பதிலேயே அதிகக் கடினமாகவும் அதிகச் செலவு வைப்பதாகவும் இருக்கிறது. தள்ளுபடிகள், ஏமாற்று வேலைகள், ஊக்கச் சலுகைகள் போன்ற எதையேனும் பயன்படுத்தி முதல் விற்பனையை நீங்கள் சாதித்துவிடக்கூடும். ஆனால் இரண்டாவது விற்பனைதான் மிகவும் முக்கியமானது. இரண்டாவது விற்பனைதான் முதல் விற்பனையின்போது நீங்கள் உங்கள் வாடிக்கையாளருக்குக் கொடுத்த வாக்குறுதிகளை நீங்கள் நிறைவேற்றியுள்ளீர்கள் என்பதற்கான ஆதாரமாகும்.

யதார்த்தத்தில், நீங்கள் தினமும் பலரைச் சந்தித்து, அவர்களுக்கு உங்கள் வாக்குறுதிகளைக் கொடுத்து அதற்கு பதிலாக அவர்களுடைய பணத்தைப் பெற்றுக் கொள்ளுகிறீர்கள். உங்கள் பொருள், அவர்கள் இப்போது அனுபவித்துக் கொண்டிராத சில குறிப்பிட்ட நன்மைகளை அவர்களுக்குக் கொடுக்கும் என்று நீங்கள் அவர்களுக்கு வாக்குறுதி அளிக்கிறீர்கள். அவர்கள் மீண்டும் உங்களிடமிருந்து ஒரு பொருளை வாங்கத் தயாராக இருக்கும்போது, நீங்கள் உங்கள் வாக்குறுதிகளை நிறைவேற்றியுள்ளதை அவர்கள் உறுதிப்படுத்துகின்றனர்.

மறுவிற்பனைகளும் பரிந்துரைகளும் கிட்டத்தட்ட இலவசமானவை

திருப்தியடைந்துள்ள வாடிக்கையாளர்களிடம் இன்னொரு விற்பனையைச் செய்வது புதிய வாடிக்கையாளர்களிடம் புதிதாக விற்பனை செய்வதைவிடப் பத்து மடங்கு அதிகச் சுலபமானது. முதல் விற்பனையின்போது நீங்கள் செலவிட்ட நேரம் மற்றும்

முயற்சியில் பத்தில் ஒரு பங்குதான் மறுவிற்பனைக்குத் தேவைப்படுகிறது. அதனால்தான், மிகவும் வெற்றிகரமான நிறுவனங்கள், தம்முடைய வாடிக்கையாளர்கள் எவ்வளவு அடிக்கடித் தம்மிடமிருந்து வாங்குகின்றனர் என்பதை வைத்துத் தம்முடைய வெற்றியை அளவிடுகின்றன.

திருப்தியடைந்துள்ள ஒரு வாடிக்கையாளர் தனக்குத் தெரிந்த ஒருவரை உங்களுக்கு அறிமுகப்படுத்தும்போது, நீங்கள் அப்புதிய நபரிடம் விற்பனை செய்வது, நீங்களாக ஓர் அந்நியரிடம் விற்பனை செய்வதைவிடப் பதினைந்து மடங்கு அதிகச் சுலபமானது. அதாவது, ஓர் அந்நியரிடம் விற்பதற்குத் தேவையான நேரம், பணம், மற்றும் முயற்சியில் பதினைந்தில் ஒரு பங்கு மட்டுமே உங்கள் வாடிக்கையாளர் அறிமுகப்படுத்துகின்ற ஒருவரிடம் விற்பதற்கு தேவைப்படுகிறது. உண்மையில், உங்களுக்கு ஒரு நபர் அறிமுகப்படுத்தப்பட்டு இருந்தால், நீங்கள் அவருடைய வீட்டிற்குள் நுழைவதற்கு முன்பாகவே 90 சதவீத விற்பனை முடிந்துவிட்டதாக நீங்கள் நம்பலாம்.

புதிய அறிமுகங்கள் முக்கியம்

நீங்கள் ஒரு வாடிக்கையாளரிடம் ஒரு பொருளை விற்றிருந்து, அவர் அது குறித்து மகிழ்ச்சி அடைந்துள்ள பட்சத்தில், உங்கள் பொருளை வாங்குவதில் ஆர்வம் காட்டக்கூடிய பிறரை உங்களுக்கு அறிமுகப்படுத்தும்படி அவரிடம் கேளுங்கள். இதை ஒவ்வொரு வாடிக்கையாளரிடமும் கேளுங்கள். தன்னம்பிக்கையுடனும் பணிவுடனும் ஒரு நேர்மறையான எதிர்பார்ப்புடனும் கேளுங்கள். கேட்பதில் உறுதியாக இருங்கள்.

உங்களுக்கு ஒருவரை அறிமுகப்படுத்தும்படி நீங்கள் உங்கள் வாடிக்கையாளரிடம் கேட்கும்போது, அப்புதிய நபரை நீங்கள் எந்த அழுத்தத்திற்கும் ஆளாக்க மாட்டீர்கள் என்ற உத்தரவாதத்தை நீங்கள் உங்கள் வாடிக்கையாளருக்குக் கொடுக்க வேண்டும். தாங்கள் அறிமுகப்படுத்துகின்ற நபர்கள், தாங்கள் அவர்களுடைய பெயர்களைப் பரிந்துரைத்தது குறித்துத் தங்கள்மீது வருத்தமோ அல்லது கோபமோ கொள்ள மாட்டார்கள் என்று அவர்கள் உறுதியாக நம்பினால் மட்டுமே

அவர்கள் தங்கள் நண்பர்களையோ அல்லது பிறரையோ உங்களுக்கு அறிமுகப்படுத்துவர். இல்லையேல், அவர்கள் அது குறித்துத் தயக்கம் காட்டுவர்.

வாய்வழி விளம்பரத்தை உருவாக்குங்கள்

கடுமையான போட்டி நிலவுகின்ற இன்றைய சூழ்நிலையில், உங்களுடைய மகிழ்ச்சியான வாடிக்கையாளர்கள் மூலமான வாய்வழி விளம்பரம்தான் புதிய வாடிக்கையாளர்களின் அறிமுகம் உங்களுக்குக் கிடைப்பதற்கான மிகவும் சக்திவாய்ந்த வழிமுறையாகும். உங்கள் வாடிக்கையாளர்களை மறைமுகமாக உங்கள் விற்பனைக் குழுவின் ஒரு பகுதியாக ஆக்கி, தங்களுக்குத் தெரிந்தவர்களிடம் அவர்கள் உங்கள் சார்பில் விற்பனை செய்யும்படி செய்வதுதான் உங்கள் இலக்கு. உங்களுடைய வாடிக்கையாளர்களுக்கு அற்புதமான சேவையை வழங்குவதன் மூலமாக அவர்கள் உங்களுக்காக விற்பனை செய்ய நீங்கள் அவர்களை ஊக்குவிக்க வேண்டும்.

வேகம்தான் அற்புதமான வாடிக்கையாளர் சேவையின் மிக முக்கியமான அம்சமாகும். கேள்விகளுக்கும் சந்தேகங்களுக்கும் பயங்களுக்கும் தகவல் கோரிக்கைகளுக்கும் வேகமாக பதிலளிப்பது உங்களுக்கு எத்தனைப் புதிய நபர்கள் அறிமுகப்படுத்தப்படுகின்றனர் என்பதற்கான ஓர் அளவீடாகும். வாடிக்கையாளர்கள் கூறுகின்ற புகார்கள்மீது நீங்கள் வேகமாக நடவடிக்கை எடுக்க வேண்டும். நீங்கள் ஒருவரிடம் ஒரு பொருளை வெற்றிகரமாக விற்றப் பிறகு அவர்களுடன் நீங்கள் எத்தகைய உறவைக் கொண்டிருக்கிறீர்கள் என்பதும், அவர்களுக்கு எத்தகைய சேவையை வழங்குகிறீர்கள் என்பதும் புதிய நபர்கள் உங்களுக்கு அறிமுகப்படுத்தப்படுவதற்கு இன்றியமையாதவையாக இருக்கின்றன.

விற்பனைக்கான பொன்விதியைக் கடைபிடியுங்கள். உங்களுக்குப் பொருட்களை விநியோகிக்கின்றவர்கள் உங்களுக்கு எத்தகைய சேவையை வழங்க வேண்டும் என்று அந்த விநியோகிப்பாளருடைய ஒரு வாடிக்கையாளர் என்ற முறையில் நீங்கள் விரும்புவீர்களோ, உங்கள் வாடிக்கையாளர்களுக்கு நீங்கள் அத்தகைய சேவையை வழங்குங்கள். உங்கள்

வாழ்க்கைத்துணைவர், உங்கள் பெற்றோர், உங்கள் நெருங்கிய நண்பர் போன்றோருக்கு நீங்கள் எவ்வாறு சேவை செய்வீர்களோ, உங்கள் வாடிக்கையாளர்களுக்கும் அதே சேவையை வழங்குங்கள். உங்களிடமிருந்து எதிர்பார்க்கப்படுவதைவிட அதிகமாகச் செய்யுங்கள்.

உச்சகட்டக் கேள்வி

ஒரு வாடிக்கையாளர் உண்மையிலேயே திருப்தி அடைந்துள்ளாரா என்பதையும், தனக்குத் தெரிந்தவர்களிடம் அவர் உங்களை அறிமுகப்படுத்துவாரா என்பதையும் வேறு எந்தவொரு கேள்வியைவிடவும் ஒரே ஓர் உச்சகட்டக் கேள்வி மிகத் தெளிவாக உணர்த்திவிடும் என்று ஃபிரெட் ரைச்செல்டு நிறுவன ஆய்வு ஒன்று தெரிவிக்கிறது.

ஃபிரெட் அதை உச்சகட்டக் கேள்வி என்று அழைத்தார். "எங்களுடனான உங்கள் அனுபவத்தின் அடிப்படையில், எங்களை மற்றவர்களுக்கு நீங்கள் பரிந்துரைப்பீர்களா?" என்பதுதான் அக்கேள்வி.

ஒரு வாடிக்கையாளர் உங்களை மற்றவர்களுக்குப் பரிந்துரைக்கத் தயாராக இருப்பதுதான் வாடிக்கையாளர் திருப்தியின் மிக உயர்ந்த நிலையாகும். பல சமயங்களில், வாடிக்கையாளர்களாக அல்லாதோருடன் நீங்கள் ஒரு நல்ல உறவை வளர்த்துக் கொள்ளும்போது, அவர்கள் உங்களை விரும்பவும் நம்பவும் தொடங்குவர். அவர்கள் உங்கள் பொருட்களை வாங்காவிட்டாலும், தங்களுக்குத் தெரிந்த மற்றவர்களுக்கு அவர்கள் உங்களைப் பரிந்துரைப்பர்.

எப்போதும் கேளுங்கள்

விற்பனை உரையாடலின் முடிவில், பின்வரும் கேள்வியை நீங்கள் கேட்கலாம்: "ஒன்றிலிருந்து பத்து என்ற அளவீட்டில், எங்களை நீங்கள் மற்றவர்களுக்குப் பரிந்துரைப்பீர்களா?"

பத்தைப் பெறுவதுதான் உங்கள் இலக்கு. நீங்கள் அந்த இலக்கை அடையும்போது, அந்த வாடிக்கையாளர் உங்களுடைய

அபிமானியாகிவிடுவார். அவர் உங்களுக்காக வக்காலத்து வாங்குவார். உங்களிடமிருந்து பொருட்களை வாங்கும்படி அவர் தன்னுடைய நண்பர்களிடம் கூறுவார்.

ஆனால், மேற்குறிப்பிடப்பட்டக் கேள்விக்குப் பத்துக்குக் குறைவான மதிப்பெண்கள் உங்களுக்குக் கிடைத்தால் என்ன செய்வது? அதாவது, ஏழு அல்லது எட்டு மதிப்பெண்கள் கிடைத்தால் நீங்கள் என்ன செய்ய வேண்டும்? "உங்கள் பதிலுக்கு நன்றி," என்று உங்கள் வாடிக்கையாளரிடம் கூறிவிட்டு, அடுத்து உடனடியாக, "அடுத்த முறை நாங்கள் பத்து மதிப்பெண்களைப் பெற நாங்கள் என்ன செய்ய வேண்டும்?" என்று கேளுங்கள்.

"உங்களைப் பொருத்தவரை நாங்கள் எப்படிச் செயல்பட்டுக் கொண்டிருக்கிறோம்?" "அடுத்த முறை நாங்கள் எப்படி அதிகச் சிறப்பாகச் செயல்படுவது?" போன்ற கேள்விகளை உங்கள் வாடிக்கையாளர்களிடம் தொடர்ந்து கேளுங்கள். மிக உயர்ந்த சம்பளம் வாங்குகின்ற, மிகவும் வெற்றிகரமான விற்பனையாளர்கள் பல திருப்தியான வாடிக்கையாளர்களை உருவாக்குகின்றனர். அந்த வாடிக்கையாளர்கள் அவர்களிடமிருந்து மீண்டும் மீண்டும் வாங்குவர். அந்த விற்பனையாளர்களால் அந்த வாடிக்கையாளர்களிடம் அதிக வேகமாகவும் அதிகச் சுலபமாகவும் விற்பனை செய்ய முடிகிறது. அந்த வாடிக்கையாளர்கள் விலையைப் பற்றி அவ்வளவாகக் கவலைப்படுவதில்லை. அவர்கள்தான் உங்கள் தொழிலின் அடித்தளமாக விளங்குகின்றனர். அத்தகைய ஓர் அடித்தளத்தை உருவாக்கிக் கொள்ளுவதுதான் உங்கள் இலக்காக இருக்க வேண்டும்.

உங்கள் வாடிக்கையாளர் சேவை உத்தி

வாடிக்கையாளர்களை நிரந்தரமாகத் தக்கவைத்துக் கொள்ளுவதற்கான ஒரு வாடிக்கையாளர் சேவை உத்தியை உருவாக்கிக் கொள்ளுங்கள்.

இந்த வாடிக்கையாளர் சேவை அணுகுமுறை தற்செயலாக நிகழுவதில்லை. கவனமான திட்டமிடுதலும், கலந்துரையாடல்களும், உங்கள் வாடிக்கையாளர்களைக் கையாளுகின்ற அனைவருக்கும் பயிற்சியளித்தலும் அதற்குத்

தேவை. வெற்றிகரமான அனைத்து விற்பனையாளர்களும் வியாபாரங்களும் தங்கள் வாடிக்கையாளர்களை நடத்தும் விதத்திற்குப் பெயர் பெற்றவையாக இருக்கின்றன. உங்கள் வாடிக்கையாளர்களை மிகச் சிறப்பாக நடத்துவதுதான் எப்போதும் உங்கள் இலக்காக இருக்க வேண்டும்.

செய்முறைப் பயிற்சிகள்

1. உங்கள் வாடிக்கையாளர்கள் தங்களுக்குத் தெரிந்தவர்களை உங்களுக்கு அறிமுகப்படுத்த விரும்பும்படி செய்வதற்கு நீங்கள் மேற்கொள்ளக்கூடிய ஏதேனும் ஒரு நடவடிக்கையைத் தீர்மானித்துக் கொள்ளுங்கள். அது என்ன நடவடிக்கை?
2. நீங்களோ அல்லது உங்கள் நிறுவனமோ செய்கின்ற எந்த ஒரு விஷயம் உங்கள் வாடிக்கையாளர்களுக்கு அதிருப்தி ஏற்படுத்தக்கூடும் என்பதைக் கண்டுபிடியுங்கள். அதை நீங்கள் எப்படிக் களைவீர்கள்? எவ்வளவு வேகமாக அதை உங்களால் களைய முடியும்?

உங்கள் நேரத்தைச் சிறப்பாகப் பயன்படுத்திக் கொள்ளுங்கள்

விற்பனையில் வெற்றிக்கும் தோல்விக்குமான காரணங்களைக் கண்டுபிடிப்பதற்கு நூறு ஆண்டுகளுக்கும் அதிகமாக ஆய்வுகள் மேற்கொள்ளப்பட்டு வந்துள்ளன, லட்சக்கணக்கான டாலர்கள் பணம் செலவிடப்பட்டு வந்துள்ளது. கடைசியில், நமக்குத் தேவையான விடைகள் நமக்குக் கிடைத்துவிட்டன. அவை இவைதான்: மக்களுக்கு மிக உயர்வான சம்பளம் கொடுக்கப்படுவதற்குக் காரணம், உயர்ந்த மதிப்புக் கொண்ட விஷயங்களைச் செய்வதில் அவர்கள் தங்களுடைய அதிகமான நேரத்தைச் செலவிடுகின்றனர் என்பதுதான். அதேபோல, மக்களுக்கு மிகக் குறைவான சம்பளம் கொடுக்கப்படுவதற்குக் காரணம், மிகவும் குறைந்த மதிப்புக் கொண்ட வேலைகளைச் செய்வதில் அவர்கள் தங்களுடைய அதிகமான நேரத்தைச் செலவிடுகின்றனர் என்பதுதான்.

ஒவ்வொரு நாளும் ஒவ்வொரு நிமிடத்தையும் உயர்மதிப்பு வாய்ந்த நடவடிக்கைகள்மீது செலவிடுகின்ற

விற்பனையாளர்கள்தான் தங்கள் துறையில் உச்சத்தை அடைகின்றனர், ஏராளமான விற்பனையைச் செய்து ஏராளமான பணத்தைச் சம்பாதிக்கின்றனர்.

குறைந்த மதிப்பை உள்ளடக்கிய நடவடிக்கைகளில் தங்கள் நேரத்தை விரயம் செய்கின்ற மக்கள் முக்கியத்துவம் வாய்ந்த எதையும் அடைவதில்லை. மிகச் சிறப்பான பொருட்களைத் தயாரித்து விற்கின்ற மிகச் சிறந்த நிறுவனங்களில் அவர்கள் வேலை செய்தாலும்கூட, குறிப்பிடத்தக்க எதையும் அவர்களால் அடைய முடிவதில்லை.

பரேட்டோ கொள்கையைக் கடைபிடியுங்கள்

பரேட்டோ கொள்கைதான் விற்பனைத் தொழிலில் மிக முக்கியமான நேர நிர்வாகக் கோட்பாடு என்றால் அது மிகையாகாது.

உங்களுடைய 20 சதவீத நடவடிக்கைகள்தான் உங்கள் பங்களிப்பின் 80 சதவீத மதிப்பிற்குக் காரணம் என்று இக்கொள்கை கூறுகிறது. இந்த 80/20 விதி, விற்பனையின் அனைத்து அம்சங்களுக்கும் உங்களுடைய அனைத்து நடவடிக்கைகளுக்கும் பொருத்தமானதாக இருக்கிறது. உங்களுடைய வாடிக்கையாளர்கள், உங்களுடைய விற்பனைப் பொருட்கள், உங்களுடைய வாடிக்கையாளர்களாக ஆவதற்கான வாய்ப்பு இருப்பவர்கள் என்று அனைத்து விஷயங்களிலும் இவ்விதியைச் செயல்படுத்துங்கள்.

உங்கள் வாடிக்கையாளர்களையும் வாடிக்கையாளர்களாக ஆவதற்கான வாய்ப்பு இருப்பவர்களையும் மதிப்பின்படி மூன்று வகையினராகப் பிரித்துக் கொள்ளுங்கள். உயர்மதிப்பு வாய்ந்த வாடிக்கையாளர்கள்தான் உங்கள் விற்பனையின் 80 சதவீதத்திற்குக் காரணமாக இருக்கின்றனர். இவர்கள் ஒரு வகையினர். நடுத்தர மதிப்பு வாய்ந்த வாடிக்கையாளர்கள் இன்னொரு வகையினர். குறைந்த மதிப்பு வாய்ந்த வாடிக்கையாளர்கள் மூன்றாவது வகையினர்.

நீங்கள் செய்கின்றவற்றில் 20 சதவீத மதிப்பிற்கு மட்டுமே பங்களிக்கின்ற 80 சதவீத வேலைகளைத் தள்ளிப்போடுங்கள்.

அப்போதுதான் முக்கியமான விஷயங்களையும் உயர்மதிப்பை உள்ளடக்கிய வேலைகளையும் செய்வதற்கு உங்களுக்கு நேரம் கிடைக்கும்.

உங்கள் வேலை விவரணம்

ஒரு விற்பனையாளரின் வேலை விவரணமும் ஒரு நிறுவனத்தின் நோக்கமும் ஒன்றுதான். வாடிக்கையாளர்களை உருவாக்கி அவர்களை நிரந்தரமாகத் தக்கவைத்துக் கொள்ளுவதுதான் உங்கள் வேலை.

வாடிக்கையாளர்களை உருவாக்குவதற்கு உங்கள் நேரத்தின் 80 சதவீதத்தைச் செலவிடுங்கள், 20 சதவீத நேரத்தை மட்டுமே அவர்களைத் தக்கவைப்பதில் செலவிடுங்கள். "என்னுடைய அடுத்த விற்பனை எங்கிருந்து வருகிறது?" என்ற கேள்வியை எப்போதும் உங்களை நீங்கள் கேட்டுக் கொள்ள வேண்டும். அக்கேள்விக்கான விடை எதுவாக இருந்தாலும், தினமும் ஒவ்வொரு நிமிடத்தையும் அவ்விஷயத்தின்மீது நடவடிக்கை எடுப்பதில் செலவிடுவதை உறுதி செய்து கொள்ளுங்கள்.

எனவே, உங்களுடைய 80 சதவீத நேரத்தை வாடிக்கையாளர்களைச் சந்திப்பதிலும் விற்பனை விளக்கவுரைகளை அவர்களுக்கு வழங்குவதிலும் செலவிடுங்கள். அவர்களை மீண்டும் மீண்டும் தொடர்பு கொண்டு அவர்களிடம் விற்பனை செய்து முடிப்பதில் 20 சதவீத நேரத்தை மட்டுமே செலவிடுங்கள். இவை இரண்டையும் குழப்பிக் கொள்ளாதீர்கள். புதிய வாடிக்கையாளர்களை உருவாக்குவதன்மீதுதான் உங்கள் கவனம் குவிந்திருக்க வேண்டும்.

நீங்கள் செய்யும் வேலையில் சிறப்புறுங்கள்

நீங்கள் செய்கின்ற முக்கியமான விஷயங்களில் நீங்கள் சிறப்புறுவது உங்கள் வருமானத்தைத் தொடர்ந்து அதிகரிப்பதற்கான மிகவும் சக்திவாய்ந்த வழிகளில் ஒன்று. புதிய வாடிக்கையாளர்களைச் சந்திப்பது, அவர்களுக்கு விளக்கவுரைகளை வழங்குவது, அவர்களை மீண்டும் சந்திப்பது, அவரிடம் உங்கள் பொருளை வெற்றிகரமாக விற்பது

ஆகியவைதான் உங்களுடைய முக்கியமான வேலைகள். இவை தொடர்பான புத்தகங்கள், ஆடியோ மற்றும் வீடியோக்கள், பயிலரங்குங்கள் போன்ற, உங்களுடைய சுயமேம்பாட்டின்மீது நீங்கள் செய்கின்ற ஒவ்வொரு முதலீடும் பத்திலிருந்து ஐம்பது மடங்கு பதிலீட்டை உங்களுக்குக் கொடுக்கும். ஒரே ஒரு பயிலரங்கில் கலந்து கொண்டதிலிருந்து அல்லது ஒரே ஒரு புத்தகத்தைப் படித்ததிலிருந்து தங்களுக்குக் கிடைத்த ஒரே ஒரு முக்கியமான யோசனையைத் தங்கள் தொழிலில் செயல்படுத்தியதன் மூலம் மிகவும் கீழ்மட்டத்திலிருந்து உயர்ந்த நிலையை எட்டியுள்ள பல விற்பனையாளர்கள் உள்ளனர்.

நிமிடங்கள் கொள்கை

உங்களுடைய விற்பனை எண்ணிக்கையை இரட்டிப்பாக்குவதற்கு ‘நிமிடங்கள் கொள்கையை’ உங்கள் விற்பனை நடவடிக்கைகளில் கடைபிடியுங்கள். நீங்கள் உங்கள் வாடிக்கையாளர்களுடன் நேரில் செலவிடும் ஒவ்வொரு நிமிடமும்தான் உங்கள் விற்பனைக்குக் காரணம் என்று இக்கொள்கை கூறுகிறது.

வாடிக்கையாளர்களுடன் நேருக்கு நேர் நீங்கள் செலவிடுகின்ற நிமிடங்களை நீங்கள் அதிகரித்துக் கொள்ளும்போது, உங்கள் விற்பனையையும் வருவாயையும் நீங்கள் அதிகரித்துக் கொள்ளுகிறீர்கள்.

இக்கொள்கையைப் பயன்படுத்துவதற்கான வழிமுறை பின்வருமாறு: உங்களுடைய தற்போதைய விற்பனை நடவடிக்கைகளின் அளவைக் கணக்கிடுவதற்கு ஒரு நிறுத்துக் கடிகாரத்தை வாங்கிக் கொள்ளுங்கள். ஒரு வாடிக்கையாளரைச் சந்திப்பதற்கு முன்பாக அக்கடிகாரத்தைத் துவக்குங்கள். அவரைச் சந்தித்துவிட்டு வெளியே வந்தவுடன் அதை நிறுத்திவிட்டு, எத்தனை நிமிடங்களை நீங்கள் அவருடன் செலவிட்டீர்கள் என்பதைக் கணக்கிடுங்கள். அதை ஒரு குறிப்பேட்டில் பதிவு செய்து கொள்ளுங்கள். தினமும் வாடிக்கையாளர்களுடனான சந்திப்பில் நீங்கள் எத்தனை நிமிடங்களைச் செலவிட்டுள்ளீர்கள் என்பதை அதிலிருந்து நீங்கள் கணக்கிட்டுக் கொள்ளலாம்.

ஒவ்வொரு வாரமும் இந்த நேரத்தைப் பத்து சதவீதம் அதிகரித்துக் கொள்ள உறுதி பூணுங்கள். வாடிக்கையாளர்களை நேரில் சந்திப்பதில் தற்போது தினமும் 90 நிமிடங்களை நீங்கள் செலவிட்டுக் கொண்டிருக்கிறீர்கள் என்றால், அதை நீங்கள் பத்து சதவீதம் அதிகரிக்கும்போது, ஒவ்வொரு வாரமும் கூடுதலாக 9 நிமிடங்களை நீங்கள் உங்கள் வாடிக்கையாளர்களுடன் செலவிடுவீர்கள். இதன் விளைவாக, உங்கள் விற்பனையும் வருவாயும் உடனடியாக அதிகரிப்பதை நீங்கள் காணுவீர்கள்.

வாடிக்கையாளர்களை நேரில் சந்தித்துப் பேசும் நேரத்தை இரட்டிப்பாக்கும்வரை, அதாவது, ஒவ்வொரு வாரமும் 180 நிமிடங்களை நீங்கள் உங்கள் வாடிக்கையாளர்களுடன் செலவிடத் தொடங்கும்வரை, ஒவ்வொரு வாரமும் 10 சதவீதம் நீங்கள் மேம்பட்டுக் கொண்டே இருக்க வேண்டும். இந்த நேரடிச் சந்திப்பிற்கான நேரத்தை நீங்கள் இரட்டிப்பாக்கிக் கொள்ளும்போது, உங்கள் வருவாயும் இரட்டிப்பாகும். சில சமயங்களில், உங்களால் கற்பனை செய்து பார்க்க முடியாத வேகத்தில் அது அதிகரிக்கும்.

உங்கள் வேலை நேரம் முழுவதும் வேலை செய்யுங்கள்

காலையில் நீங்கள் உங்கள் வேலையைத் துவக்கும் நேரத்திலிருந்து மாலையில் நீங்கள் உங்கள் வீட்டிற்குப் புறப்படும்வரை, உங்கள் வேலை நேரம் முழுவதும் உங்கள் வேலையின்மீது மட்டுமே கவனம் செலுத்தப் போவதாக உறுதி பூணுங்கள். உங்கள் நேரத்தை வீணாக்காதீர்கள். உங்கள் சக ஊழியர்களோடு வெட்டியாக அரட்டையடிக்காதீர்கள். அலைபேசி அழைப்புகள், குறுஞ்செய்திகள், சமூக வலைத்தளங்கள் போன்ற கவனச்சிதறல்களுக்கு இடமளிக்காதீர்கள். உங்கள் வேலை நேரம் முழுவதும் வேலையின்மீது மட்டுமே கவனமாக இருங்கள். இந்த ஒரே ஒரு தீர்மானம் மிகக் குறுகியதொரு காலத்திற்குள் உங்களை மிகவும் வெற்றிகரமான விற்பனையாளர்களில் ஒருவராக ஆக்கிவிடும்.

செய்முறைப் பயிற்சிகள்

1. உங்கள் உற்பத்தித்திறனை அதிகரிக்க உங்களுக்கு உதவக்கூடிய நேர நிர்வாக நடவடிக்கை ஒன்றைத் தேர்ந்தெடுத்துக் கொண்டு, நாளையிலிருந்து அதைக் கடைபிடிக்கத் தொடங்குங்கள். அது ஒரு பழக்கமாக மாறும்வரை, தொடர்ந்து அதைச் செய்து கொண்டே இருங்கள்.
2. நேரத்தை விரயம் செய்கின்ற ஒரு நடவடிக்கையைத் தேர்ந்தெடுத்துக் கொண்டு, அடுத்த ஒரு மாதம் முழுவதும் அதை நீங்கள் செய்யப் போவதில்லை என்று உறுதி பூணுங்கள். அதுவும் ஒரு பழக்கமாக மாறும்வரை உங்கள் தீர்மானத்தில் உறுதியாக இருங்கள்.

அத்தியாயம் இருபத்தொன்று

வானமே எல்லை!

உங்கள் விற்பனையை இருமடங்காக்குவதற்கும் இன்று நீங்கள் சம்பாதித்துக் கொண்டிருப்பதைவிட இரண்டு மடங்கு அதிகமாகச் சம்பாதிப்பதற்குமான திறன் உங்களுக்கு இருக்கிறது. உங்கள் அறிவைவிட உங்கள் மனப்போக்குதான் நீங்கள் எவ்வளவு உயரத்தை எட்டுவீர்கள் என்பதைத் தீர்மானிக்கிறது என்று கூறப்படுகிறது.

நீங்கள் உங்களுடைய உடற்திறனை அதிகரித்துக் கொள்ள விரும்பினால், நீங்கள் தினமும் உடற்பயிற்சியில் ஈடுபட வேண்டும். நீங்கள் உங்கள் மனத்திறனை அதிகரித்துக் கொள்ள விரும்பினால், தினமும் சில குறிப்பிட்ட மனப் பயிற்சிகளில் நீங்கள் ஈடுபட வேண்டும். உங்களை நீங்களே ஊக்குவித்துக் கொள்ளவும் தினமும் உங்களால் இயன்ற அளவு மிகச் சிறப்பாகச் செயல்படவும் நீங்கள் செய்யக்கூடிய ஏழு விஷயங்கள் உள்ளன. அவை பின்வருமாறு:

உங்கள் வேலையில் சிறப்பானவராகத் திகழுங்கள்

நீங்கள் விற்பனைத் துறையில் தலைசிறந்தவராக ஆகவிருப்பதாக ஒரு தீர்மானம் மேற்கொள்ளுங்கள். உங்கள் துறையில் மிக உயர்வான சம்பளம் வாங்குகின்ற மேல்மட்டப் பத்து அல்லது இருபது சதவீத நபர்களில் ஒருவராக நீங்கள் ஆவதற்கு நீங்கள் என்ன விலையைக் கொடுக்க வேண்டியிருந்தாலும், எந்தத் தியாகத்தைச் செய்ய வேண்டியிருந்தாலும், எவ்வளவு நேரத்தை முதலீடு செய்ய வேண்டியிருந்தாலும், அதற்குத் தயாராக இருங்கள்.

விற்பனையில் மேல்மட்டப் பத்து சதவீத்திற்குள் இடம் பிடிக்க மக்கள் தவறுவதற்கான முக்கியக் காரணம் என்ன தெரியுமா? அவர்கள் அது குறித்து ஒருபோதும் தீர்மானிக்காமல் இருப்பதுதான். அவர்கள் அதைப் பற்றிச் சிந்திக்கின்றனர், கனவு காணுகின்றனர், தாங்கள் அதிகப் பணம் சம்பாதித்தால் நன்றாக இருக்கும் என்று ஆசைப்படுகின்றனர், ஆனால் அதற்குத் தேவையான விலையைக் கொடுக்கப் போவதாக அவர்கள் ஒருபோதும் ஒரு தீர்மானம் மேற்கொள்ளுவதில்லை.

ஆனால், விற்பனைத் திறமைகள் அனைத்தும் கற்றுக் கொள்ளப்படக்கூடியவை என்பது நல்ல செய்தி. நீங்கள் உங்களுக்கென்று நிர்ணயித்துக் கொள்ளுகின்ற எந்தவொரு விற்பனை இலக்கையும் அடையத் தேவையான எந்தவொரு திறமையையும் உங்களால் கற்றுக் கொள்ள முடியும். அதற்கு எந்த எல்லைகளும் இல்லை.

முக்கியமான திறமையைக் கற்றுக் கொள்ளுங்கள்

விற்பனையில் மாபெரும் வெற்றி பெறுவதிலிருந்து உங்களைத் தடுத்துக் கொண்டிருக்கின்ற ஒரு திறமையைக் கண்டுபிடியுங்கள். ஒரு மந்திரக் கோலை அசைத்து, இரவோடு இரவாக, விற்பனைத் துறையில் ஒரே ஒரு திறமையில் கைதேர்ந்தவராக உங்களால் ஆக முடியும் என்று கற்பனை செய்து கொள்ளுங்கள். எந்த ஒரு திறமை, அதில் நீங்கள் மேதமை பெறும் பட்சத்தில், உங்கள் விற்பனையையும் வருவாயையும் அதிகரிக்கப் பெரிதும் உதவும்?

பல சமயங்களில், நீங்கள் உங்கள் வருவாயை அதிகரிப்பதிலிருந்தும், உங்கள் துறையில் மிக உயர்வான சம்பளம் வாங்குகின்றவர்களில் ஒருவராக ஆவதிலிருந்தும் ஒரே ஒரு திறமை மட்டுமே உங்களைத் தடுத்துக் கொண்டிருக்கும். மேலே கொடுக்கப்பட்டுள்ள கேள்விக்கு நீங்கள் விடையளிக்கும்போது, அந்த ஒரு திறமை என்ன என்பது உங்களுக்குத் தெரிய வரும்.

வெற்றியாளர்கள் உங்களைச் சூழ்ந்திருக்கும்படி பார்த்துக் கொள்ளுங்கள்

பெரும்பாலான நேரம், நேர்மறையான மக்களுடனேயே தொடர்பு கொள்ளுங்கள். உங்கள் வேலையிலும் சரி, வெளியிலும் சரி, யாரோடு தொடர்பு கொள்ளுவதையும் பழகுவதையும் நீங்கள் தேர்ந்தெடுக்கிறீர்களோ, அது உங்கள் ஆளுமையின்மீதும் நீங்கள் எவ்வளவு சாதனைகளை நிகழ்த்துகிறீர்கள் என்பதன்மீதும் ஓர் அளப்பரிய தாக்கத்தை ஏற்படுத்துகிறது.

உங்கள் உடல்நலனையும் ஆற்றலையும் பேணுங்கள்

உங்கள் உடல்நலனை கவனமாகப் பார்த்துக் கொள்ளுங்கள். மனிதகுல வரலாற்றில் முன்பு எப்போதையும்விட இன்று மக்கள் அதிக காலம் வாழுகின்றனர், அதிகச் சிறப்பான வாழ்க்கையை வாழுகின்றனர். உங்கள் உடல்நலனை நீங்கள் எப்படிக் கையாளுகிறீர்கள் என்பது முழுக்க முழுக்க உங்கள் கட்டுப்பாட்டில்தான் இருக்கிறது.

உங்கள் மனக்காட்சிகளை மேம்படுத்துங்கள்

நேர்மறையாக மனக்காட்சிப்படுத்தக் கற்றுக் கொள்ளுங்கள். உங்கள் துறையில் நீங்கள் ஒரு தலைசிறந்த விற்பனையாளராக இருப்பதுபோல உங்கள் மனத்தில் கற்பனை செய்து கொள்ளுங்கள். அகரீதியாக உங்களைப் பற்றி நீங்கள் எத்தகைய் காட்சியை உருவாக்கி வைத்திருக்கிறீர்களோ, புறத்தில் நீங்கள் அப்படித்தான் இருப்பீர்கள். உங்கள் மனத்தில் உள்ள காட்சிகள் மேம்படத் தொடங்கும்போதுதான் புறவாழ்க்கையில்

உங்கள் வேலையில் மேம்பாடுகள் ஏற்படும். உங்களைத் தன்னம்பிக்கை கொண்டவராகவும், நேர்மறையானவராகவும், உங்கள் துறையில் தலைசிறந்தவராகவும் நீங்கள் உங்கள் மனக்கண்ணில் பார்க்கும்போது, உங்கள் எண்ணங்களும் வார்த்தைகளும் உணர்வுகளும் நடவடிக்கைகளும், நீங்கள் செய்கின்ற எல்லாவற்றிலும் அந்த மனக்காட்சியை அப்படியே வெளிப்படுத்துகின்றன.

நேர்மறையான சுயபேச்சில் ஈடுபடுங்கள்

உங்களிடம் நீங்கள் பேசிக் கொள்ளும்போது நேர்மறையாகப் பேசுங்கள். உங்கள் அக உரையாடல் உங்கள் கட்டுப்பாட்டின்கீழ் இருக்கும்படி பார்த்துக் கொள்ளுங்கள். நாள் முழுவதும் நீங்கள் உங்களிடம் பேசுகின்ற விதம்தான் உங்கள் உணர்ச்சிகளில் 95 சதவீதத்தைத் தீர்மானிக்கிறது. நேர்மறையான மற்றும் மகிழ்ச்சியான மக்கள் தங்களுக்குத் தாங்களே பேசிக் கொள்ளும்போது ஒரு நேர்மறையான மற்றும் ஆக்கபூர்வமான வழியில் பேசுகின்றனர்.

தொடர்ச்சியான நடவடிக்கைகளை மேற்கொள்ளுங்கள்

நீங்கள் செய்கின்ற எல்லாவற்றிலும் ஒரு செயல்வீரராக இருங்கள். "ஒன்று அசையும்வரை எதுவும் நிகழுவதில்லை," என்று ஐன்ஸ்டீன் கூறியுள்ளார்.

விற்பனையிலும் நீங்கள் அசையும்வரை எதுவும் நிகழுவதில்லை. காலையில் முன்னதாகவே வேலையைத் துவக்குங்கள். அதிகக் கடினமாக உழையுங்கள். மாலையில் கூடுதல் நேரம் வேலை செய்யுங்கள்.

தொடர்ந்து செயலில் இறங்குங்கள். வேகமாகச் செயல்படுங்கள். உங்கள் நடவடிக்கைகளின் வேகத்தையும் அளவையும் அதிகரித்துக் கொள்ளுங்கள்.

நீங்கள் எவ்வளவு வேகமாக நகருகிறீர்களோ, அவ்வளவு அதிகமான மக்களை நீங்கள் சந்திப்பீர்கள். நீங்கள் எவ்வளவு அதிகமான மக்களைச் சந்திக்கிறீர்களோ, அவ்வளவு அதிக

எண்ணிக்கையிலான விற்பனையை நீங்கள் மேற்கொள்ளுவீர்கள். நீங்கள் எவ்வளவு அதிகமாக விற்பனை செய்கிறீர்களோ, அவ்வளவு அதிகமான வருவாயை நீங்கள் சம்பாதிப்பீர்கள். நீங்கள் எவ்வளவு அதிகமாகச் சம்பாதிக்கிறீர்களோ, இன்னும் அதிகமான மக்களைச் சந்திக்கவும், இன்னும் அதிகமாக விற்பனை செய்யவும், இன்னும் அதிகமாகச் சம்பாதிக்கவும் நீங்கள் அவ்வளவு அதிகமாக ஊக்குவிக்கப்படுவீர்கள்.

இந்த யோசனைகள் அனைத்தையும் தினமும் தொடர்ந்து நீங்கள் பயிற்சி செய்யத் தொடங்கும்போது, உங்கள் விற்பனை எண்ணிக்கை மேன்மேலும் அதிகரித்துக் கொண்டே போகும். ஒருசில வாரங்களில் அல்லது ஒருசில மாதங்களில், உங்கள் துறையில் மிகவும் வெற்றிகரமாகவும் மிக உயர்ந்த சம்பளம் வாங்குபவர்களாகவும் விளங்குகின்றவர்களில் ஒருவராக நீங்கள் ஆவீர்கள்.

செய்முறைப் பயிற்சிகள்

1. விற்பனைத் துறையில் நீங்கள் தேர்ந்தெடுத்துள்ள வேலையில் நீங்கள் தலைசிறந்தவராக ஆவதற்கு, ஒரு குறிப்பிட்ட நடவடிக்கையை இன்றிலிருந்து தினமும் செய்யப் போவதாகத் தீர்மானித்துக் கொள்ளுங்கள்.
2. மனக்காட்சிப்படைப்பில் ஈடுபடுதல், சுயபிரகடனம் செய்தல், தொடர்ச்சியான நடவடிக்கைகளை மேற்கொள்ளுதல் போன்ற ஏதேனும் ஒரு விஷயத்தைப் பயிற்சி செய்யுங்கள். நாள் முழுவதும் நீங்கள் நேர்மறையாக இருக்கவும் ஊக்கத்தோடு இருக்கவும் அது உங்களுக்கு உதவும்.

நாகலட்சுமி சண்முகம்

நாகலட்சுமி ஒரு மிகச் சிறந்த ஊக்குவிப்புப் பேச்சாளர். அமெரிக்காவின் தலைசிறந்த பேச்சாளர்களில் ஒருவரும், 'சிக்கன் சூப் ஃபார் த சோல்' புத்தக வரிசையை உருவாக்கியவருமான ஜாக் கேன்ஃபீல்டின் 'வெற்றிக் கொள்கைகள்' பயிலரங்கை நடத்துவதற்கு அவரிடம் நேரடியாகப் பயிற்சி பெற்றவர் இவர்.

இவர் ஒரு சிறந்த மொழிபெயர்ப்பாளரும்கூட. கடந்த ஏழு ஆண்டுகளில் எழுபதுக்கும் மேற்பட்ட நூல்கள் இவருடைய மொழிபெயர்ப்பில் வெளிவந்துள்ளன. இவருடைய மொழிபெயர்ப்புக்குக் கிடைத்துள்ள அங்கீகாரங்களில் 2014ல் திருப்பூர் தமிழ்ச் சங்கம் அளித்த 'தமிழ் மொழிபெயர்ப்புத் துறைக்கான சிறப்பு விருதும்,' இவர் மொழிபெயர்த்த 'இறுதிச் சொற்பொழிவு' நூலுக்கு 2014ல் வழங்கப்பட்ட 'நல்லி திசை எட்டும் மொழியாக்க விருதும்' அடங்கும். 2017 மே மாதம் தமிழக அரசு சிறந்த மொழிபெயர்ப்பாளருக்கான விருதை நாகலட்சுமிக்கு வழங்கி கௌரவித்துள்ளது.

தமிழ் நாடகத் துறையின் முன்னோடி மேதைகளான டி.கே.எஸ். சகோதரர்களில் ஒருவரான திரு. முத்துசாமி அவர்களின் பேத்திகளில் ஒருவர் இவர். இவர் தற்போது தன் கணவருடனும் தன் குழந்தைகள் இருவருடனும் மும்பையில் வசித்து வருகிறார்.

தம்பதியருக்கு இடையேயான உறவுகளை மேம்படுத்துவதற்கு உதவும் இவரது முதல் சுயபடைப்பான 'மாயாஜாலமான மணவாழ்க்கை - மறந்து போன ரகசியங்கள்' என்ற நூல் சமீபத்தில் வெளியாகிப் பெரும் பாராட்டுக்களைப் பெற்றுள்ளது.

பிரையன் டிரேசி

உலகில் இன்று தலைசிறந்த வியாபாரப் பேச்சாளர்களில் ஒருவராகத் திகழ்பவர் பிரையன் டிரேசி. 75 நாடுகளைச் சேர்ந்த 1,000க்கும் அதிகமான பெருநிறுவனங்களுக்கும் 10,000க்கும் அதிகமான சிறிய மற்றும் நடுத்தர நிறுவனங்களுக்கும் தலைமைத்துவம், மேலாண்மை, விற்பனை, வியாபார மாதிரி மறுசீரமைப்பு, லாப மேம்பாடு ஆகிய விஷயங்களில் பல கருத்தரங்குகளை அவர் வடிவமைத்து வழங்கியுள்ளார்.

உலகம் நெடுகிலும் 5,000க்கும் அதிகமான சொற்பொழிவுகளை அவர் ஆற்றியுள்ளார். இதை 50,00,000க்கும் அதிகமானோர் கேட்டுள்ளனர். அவர் தற்போது ஒவ்வோர் ஆண்டும் 2,50,000 மக்களிடையே உரையாற்றி வருகிறார். அவர் உருவாக்கியுள்ள சுவாரசியமான, காணொளி சார்ந்த பயிற்சி வகுப்புகள் 38 நாடுகளில் கற்றுக் கொடுக்கப்படுகின்றன.

பிரையன் டிரேசி ஒரு வெற்றிகரமான நூலாசிரியர். அவர் 80க்கும் அதிகமான நூல்களை எழுதியுள்ளார். அவை 42க்கும் அதிகமான மொழிகளில் மொழிபெயர்க்கப்பட்டு இருக்கின்றன. அவருடைய விண்ணளவு சாதனை, சிந்தனையை மாற்றுங்கள் வாழ்க்கையை மாற்றுங்கள், சாக்குப்போக்குகளை விட்டொழியுங்கள், இலக்குகள், காலை எழுந்தவுடன் தவளை ஆகிய சில நூல்கள் தமிழில் மொழிபெயர்க்கப்பட்டு வெளிவந்துள்ளன.

பிரையன் டிரேசி இன்டர்நேஷனல் என்ற நிறுவனத்தின் தலைவர் அவர். அவர் தன் மனைவியுடன் கலிபோர்னியாவில் சொலானா பீச் நகரில் வசித்து வருகிறார். அவருக்கு நான்கு குழந்தைகளும் ஐந்து பேரக்குழந்தைகளும் உள்ளனர்.